The Best Practice Tests
for the Japanese-Language
Proficiency Test

Bộ đề thi thử Kỳ thi Năng lực Tiếng Nhật tốt nhất

JLPT
N5

インターカルト
日本語学校
Intercultural
Institute of Japan

沼田宏
Hiroshi Numata

大村礼子
Reiko Ohmura

筒井由美子
Yumiko Tsutsui

日本語能力試験
ベスト模試

the japan
times
PUBLISHING

著者

インターカルト日本語学校

1977年日本語学校、1978年日本語教員養成研究所創立。年間60を超える国々より留学生を受け入れている。また、日本語教育のテキスト・参考書の作成や、e-ラーニング教材の開発なども手掛けている。

筒井由美子：インターカルト日本語学校校長、インターカルト日本語教員養成研究所所長を経て、現在、アメリカにて日系アメリカ人子弟を対象としたバイリンガル教育に携わる。

大村　礼子：インターカルト日本語学校教師。インターカルト日本語学校において、教材開発（e-ラーニングを含む）、問題作成、日本語能力試験対策授業の実施、日本語能力試験対策書籍の作成などに携わる。

沼田　宏：インターカルト日本語学校専任講師を経て、現在、インターカルト日本語教員養成研究所所長。日本語能力試験・日本留学試験対策授業の実施、日本語教育能力検定試験対策講座などに携わる。

JLPT 日本語能力試験ベスト模試 N5
The Best Practice Tests for the Japanese-Language Proficiency Test N5

2020年6月5日　初版発行

著　者：インターカルト日本語学校／筒井由美子・大村礼子・沼田宏

発行者：伊藤秀樹

発行所：株式会社 ジャパンタイムズ出版
　　　　〒102-0082 東京都千代田区一番町2-2
　　　　一番町第二TGビル 2F
　　　　電話（050）3646-9500（出版営業部）

ISBN978-4-7890-1755-8

First edition: June 2020

Narrators: Sayuri Miyako, Yuki Minatsuki, Kimiyoshi Kibe and Shogo Nakamura
Recordings: The English Language Education Council
English translations: Jon McGovern
Vietnamese translations: Nguyen Do An Nhien
Layout design and typesetting: Soju Co., Ltd.
Cover design: Shohei Oguchi + Hikari Oshiro (tobufune)
Printing: Nikkei Printing Inc.

Published by The Japan Times Publishing, Ltd.
2F Ichibancho Daini TG Bldg., 2-2 Ichibancho, Chiyoda-ku, Tokyo 102-0082, Japan
Phone: 050-3646-9500
Website: https://jtpublishing.co.jp

ISBN978-4-7890-1755-8

Printed in Japan

はじめに　Preface／Lời nói đầu

日本語能力試験N5を受験する学習者の皆さんへ
To everyone planning to take JLPT N5／Mến gửi các bạn học thi Kỳ thi Năng lực Tiếng Nhật N5

『JLPT日本語能力試験ベスト模試N5』は、皆さんが日本語能力試験N5に絶対に合格することを目標に作りました。

模擬試験は3回あります。その問題は、今までの能力試験で実際に出たものをよく見て、同じ形にしました。それぞれの質問は、一つ一つよく考えて選びました。そして、問題の解説は、答えだけでなく皆さんがたくさんのことを覚えられるように、必要な説明を書きました。この本で、今の自分の力、合格するために足りないこと、これから勉強することを見つけてください。解説は特に大切です。一つの問題をやった後、その問題に関係する他のことも勉強できます。この解説を読んで勉強すれば、どんな問題でも解く力がつきます。

この本を十分活用してください。そして日本語能力試験に合格して、皆さんの夢を実現させてください。

The Best Practice Tests for the Japanese-Language Proficiency Test (JLPT) N5 has been created with one overarching goal: To make sure that you pass level N5 of the JLPT.

This book presents three practice tests. The questions have been very closely modeled after those appearing in the actual JLPT, based on thorough analysis of past tests, and every single question has been rigorously selected. We have also provided commentary where needed to help you learn much more beyond the answers to the questions. Please use this book to identify your weak skill areas so that you can focus on improving them to the level needed to pass the real test. As you study, keep in mind that the commentary is very important, as it enables to you to take a moment after each question to boost your understanding of grammar and other matters related to that question. If you carefully go over the various explanations, you will gain the power to solve any question.

We hope that you will squeeze this book for every drop of knowledge you can get from it. Then, please use what you learned to pass the JLPT and make your dreams come true!

Cuốn sách "Bộ đề thi thử Kỳ thi Năng lực Tiếng Nhật N5 tốt nhất" này được xây dựng với mục tiêu là để mọi người chắc chắn đậu Kỳ thi Năng lực Tiếng Nhật N5.

Có 3 đề thi thử. Chúng tôi đã xem xét những nội dung từng được ra trong các kỳ thi năng lực thực tế từ trước đến nay, và soạn theo cùng một hình thức. Chúng tôi đã cân nhắc kỹ để lựa chọn từng câu hỏi một. Và ở phần giải thích câu hỏi, bên cạnh câu trả lời, chúng tôi đã viết những giải thích cần thiết để mọi người có thể ghi nhớ nhiều điều. Các bạn hãy dùng quyển sách này để tìm ra những gì mình còn thiếu ở năng lực hiện tại và những gì phải học sắp tới để thi đậu. Phần giải thích đặc biệt quan trọng. Sau khi làm xong một câu hỏi rồi, các bạn vẫn có thể học cả những phần khác có liên quan đến câu hỏi đó. Nếu đọc phần giải thích này để học thì các bạn sẽ có được năng lực giải bất kỳ câu hỏi nào.

Hãy sử dụng cuốn sách này thật hiệu quả. Và hãy thi đậu Kỳ thi Năng lực Tiếng Nhật để hiện thực hóa ước mơ của mình.

2020年5月　May 2020　インターカルト日本語学校　Intercultural Institute of Japan

筒井由美子 Yumiko Tsutsui

大村礼子 Reiko Ohmura

沼田宏 Hiroshi Numata

もくじ　Contents／Mục lục

本書の特長と使い方

模擬試験に挑戦！

◆模擬試験の目的は？

模擬試験を受ける → 自分の苦手なこと、自分の今の実力を知る → 本試験までの学習計画を立てて、自分ができないところを中心に勉強する → 本試験を受ける → 合格！

◆模擬試験を受ける時は？

練習ではなく、本試験の時と同じ気持ちで！

☞ 本試験と同じように、集中できる所でする。

☞ 時間を計り、本試験と同じ時間内にする。

◆3回分をいつ使う？

日程例

| 第1回 | 本試験4〜5か月前 ⇒ | 第2回 | 本試験2か月前 ⇒ | 第3回 | 本試験2〜3週間前 |

☞ 一度に3回分全部をしない。

☞ 少し間を空けてする。点数の変化を見て成果をチェック。

◆どのくらい点をとればいい？

基準点と合格点：「採点表」(p. 40, 69, 96) 参照

しかし　本試験では緊張する ⇒ 模擬試験より点が悪くなる

→ 基準点・合格点より10〜20%高い点を取るようにがんばろう！

「解説」の特長と科目別学習のヒント

本書の「解説」を活用して学習を広げてください。間違えた問題はもちろん、正しく答えられた問題も解説をよく読みましょう。解説を読むと、答え以外のことも勉強できます。

◆文字・語彙

教室に入ります。We will enter the classroom.／Tôi vào lớp học.

辞 入る【入】ニュウ・はい-る／い-れる　例 入学（する）enrolling in a school／nhập học　入口 entrance／cửa vào

❗「入」と「人」

2【丈】ジョウ　例 大丈夫（な）okay／ổn, không sao

- 問題の文。漢字を使って書いてある。そのまま覚えよう。
- 辞は辞書形を表す。
- 漢字の読み方。この解説に出てくる漢字の読み方は、常用漢字表に載っている読み方すべてではない。
- 間違えやすい点を、❗で示してある。
- 漢字は一つの字ではなく「言葉」を覚えよう。

5

◆文法

問題1「文の文法1（文法形式の判断）」

解説を見て、文の意味と例文を覚えよう。

問題2「文の文法2（文の組み立て）」

文を組み立てる問題。助詞・名詞修飾・言葉のつながりに注意。

🔁 文の組み立て方：名詞修飾の形を目に見えるように示してある。

問題3「文章の文法」

文章の意味がわかってから文法の問題に答えましょう。まず、書いている人が何を言いたいか、考えてください。

📖 よく出題される文法項目

・「〜ます・〜ました・〜ません・〜ませんでした」「〜ます・〜ています」

・「〜です・〜でした・〜じゃありません・〜じゃありませんでした」

・接続の表現　「でも」「だから」「それから」など

◆読解

解説は、下のように分かれています。この解説を見て、読んで理解する力をつけてください。

🔍 答えに関係する文：本文のどこを読めば答えがわかるか

📖 文章理解のポイント：どのような読み方をすればいいか

読解問題には、次のようなタイプがあります。

「内容理解」

わからない言葉があっても気にしなくていいです。この文が何を言いたいかを理解することが大切です。

📖 教科書や身の回りの文章をたくさん読もう。

📖 自分の国の言葉で本を読むことが好きな人・一般的な知識がたくさんある人が有利！

「情報検索」

お知らせ・広告などから、必要な情報を速く見つける。

📖 慣れが必要　→　雑誌や新聞などの情報を見て慣れておこう。

「情報検索」は、読解の最後に必ずあります。

📖 書いてあることから必要なことを見つけよう。

📖 数字などに注意して、急がないで読もう。

📖 時間が足りなくならないように。時間に注意！

◆聴解

・スクリプトの**太字**＝選択肢の中で、答えではない言葉

・スクリプトの<u>下線</u>＝正しい答えがわかる言葉

解説は、下のように分かれています。この解説を見て、聞き取りの力をつけてください。

🎵 理解のポイント：どのような聞き方をすればいいか

💡 ヒントになる言葉：答えを見つけるために大事な言葉

♥ 役立つ言葉：答えに関係してもしなくても、覚えておくといい言葉

聴解は、問題1〜4がそれぞれタイプ別になっています。問題別の特徴や注意点は以下の通りです。

問題1「課題理解」

・イラスト、地図、文字などを見ながら聞いて、答えを選ぶ。

・会話の前に質問を聞く。

　☞ 質問の内容をきちんと聞こう。

　☞ 誰かの話を聞いてその通りにする。「何」「どの」「いつ」「どこ」「だれ」「何人／何か月」など
　　を聞く問題が多い。

問題2「ポイント理解」

・イラストや文字を見ながら話を聞いて、答えを選ぶ。

・会話の前に質問を聞く。

　☞ 自分がしたことやこれからすること。「どうして」「どんな」「何」「いつ」などを聞く問題が
　　多い。

問題3「発話表現」

・絵を見てちょうどいい言い方を選ぶ。

　☞ 生活の中で普通に使う表現を覚えておこう。

問題4「即時応答」

・短い発話を聞く　→　会話の相手が何と答えるかを選ぶ。

　☞ 聞き取る力＋語彙・文法・表現の知識が大切。

　☞ 生活の中で普通に使う表現を覚えておこう。

■模擬試験冊子について

・巻末の模擬試験は第1回・第2回・第3回が別々の冊子になっていて、1回分ずつ個別に取り外す
　ことができます。冊子の表紙と最終ページを持って、本の外側にそっと引っ張って外してください。

・1回分の模擬試験冊子に、「言語知識（文字・語彙）」「言語知識（文法）・読解」と「聴解」がまとまっ
　ています。

・「言語知識（文字・語彙）」「言語知識（文法）・読解」と「聴解」の解答用紙は模擬試験冊子の最後に
　付いています。模擬試験を始める前に、はさみで切り取って準備しておいてください。

■聴解問題の音声ダウンロードについて

・右下のQRコードを読み取って、ジャパンタイムズ出版の無料音声アプリ「OTO Navi」をスマート
　フォンやタブレットにインストールし、聴解問題の音声をダウンロードしてください。

・聴解問題の音声は下記のURLからダウンロードすることもできます。
　ダウンロードは無料です。
　https://bookclub.japantimes.co.jp/jp/book/b505861.html

Features and Usage of This Book

Try your hand at practice tests!

◆ **Why should I take practice tests?**

Take practice tests → Identify the areas you need to work on, and see how your current strengths match up against the level needed to pass → Develop and follow a study plan that enables you to efficiently focus on strengthening your weak areas → Take the JLPT → **Succeed!**

◆ **How should I approach the practice tests?**

Instead of thinking of them as practice, treat them as if they were the real thing!

📖 Take the practice tests somewhere that allows you to concentrate like you would at a real test venue.

📖 Time yourself. Take no more time than what is allotted in the actual test.

◆ **How should I schedule the three practice tests?**

Here's one suggestion:

| 1st test | 4–5 months before actual test ⇒ | 2nd test | 2 months before ⇒ | 3rd test | 2–3 weeks before

📖 Avoid taking all three in one swoop.

📖 Spacing the tests apart gives you a better idea of how much your study efforts are helping to boost your scores.

◆ **How many points should I aim for?**

Refer to the scoresheets on p. 40, 69, and 96 for the minimum acceptable scores and passing scores. However, since many examinees tend to score lower in the actual test than in practice tests due to stress and other factors, it's usually a good idea to play it safe by becoming able to achieve practice test scores 10–20% above the minimum acceptable/passing scores.

Commentary structure and tips for each area of study

Refer to the commentary provided in this book to get more out of your test preparations. Be sure to carefully read every explanatory note, even if you answered the question correctly. The commentary enables you to increase your understanding beyond just the answers to the questions.

◆ **Vocabulary**

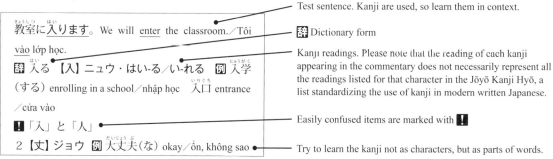

教室に入ります。We will enter the classroom.／Tôi vào lớp học.　　　　　Test sentence. Kanji are used, so learn them in context.

辞 入る【入】ニュウ・はい-る／い-れる　例 入学　　　辞 Dictionary form

（する）enrolling in a school／nhập học　入口 entrance　　Kanji readings. Please note that the reading of each kanji appearing in the commentary does not necessarily represent all the readings listed for that character in the Jōyō Kanji Hyō, a list standardizing the use of kanji in modern written Japanese.

／cửa vào

！「入」と「人」　　　　　　　Easily confused items are marked with ！

2【丈】ジョウ 例 大丈夫（な）okay／ổn, không sao　　Try to learn the kanji not as characters, but as parts of words.

◆ Grammar

Question 1: Sentential grammar 1 (Selecting grammar form)

Read the commentary to learn the meaning of the test sentence, and memorize the example sentences given.

Question 2: Sentential grammar 2 (Sentence composition)

Pay close attention to the use of particles, how nouns are modified, and the way that certain words are strung together.

🔡 Sentence construction: Visualization of how noun modification is done.

Question 3: Text grammar

Answer grammar questions after figuring out the meaning of the passage. Start by thinking about what the writer is trying to communicate.

📖 Grammar items that often appears in these questions:
- 「～ます・～ました・～ません・～ませんでした」「～ます・～ています」
- 「～です・～でした・～じゃありません・～じゃありませんでした」
- Conjunctive expressions「でも」「だから」「それから」など

◆ Reading

The commentary is categorized as follows. Use this commentary as guide for strengthening your reading comprehension skills.

🔍 Sentences associated with the answer: How to identify the parts of passages you need to read to find the answer

📖 Reading comprehension strategies: How to read and understand passages

The reading questions are divided into the following types.

Comprehension

The trick to solving these questions is figure out the message of the passage as a whole, rather than focusing too much on what each expression means.

📖 Try reading lots of material from textbooks and writings encountered in everyday life.

📖 People who like to read books in their native language and/or have a lot of general knowledge are at a bigger advantage!

Information retrieval

These questions challenge you to quickly pick out necessary information from notices, ads, etc.

📖 To handle these questions efficiently, you need to become accustomed to their format and material, so it's a good idea to make a habit out of reading announcements in magazines and the like.

The JLPT's Reading section always ends with an information retrieval question.

📖 Sift through the text to find the information needed.

📖 Don't rush through numbers and other such data. Read them carefully.

📖 Pace yourself so that you don't run out of time. Keep an eye on the clock!

◆ Listening

- The parts of the script in **bold** are phrases/expressions associated with the wrong answer choices.
- The underlined parts are associated with the correct answer.

The commentary is structured as follows. Use the commentary as a roadmap for enhancing your listening comprehension skills.

🎵 Listening comprehension strategies: How to listen to and understand spoken material

💡 Words that serve as clues: Key words that lead you to the answer

💬 Handy expressions: Words that are handy to know, including ones not directly linked to the answer

Questions 1–4 each present a different type of question. Below are the characteristics of each type and pointers on how to tackle them.

Question 1: Task-based comprehension

· In these problems, you look at illustrations, maps, text, etc. while listening and then pick out the right answer.

· The question is played before the dialogue.

  📖 Be sure to understand what exactly the question is asking.

  📖 You need to choose the answer indicating the action that correctly follows what the speaker says. Many of these problems have questions that ask what, which, when, where, who, how many (people/ months), or the like.

Question 2: Point comprehension

· For these problems, you look at illustrations, text, etc. as you listen, and then select the answer.

· The question is played before the dialogue.

  📖 The questions focus on something the speaker did or plans to do.

Question 3: Verbal expressions

· You look at illustrations and select the appropriate verbal expressions.

  📖 Familiarize yourself with natural verbal exchanges that commonly occur in daily life.

Question 4: Quick response

· You listen to a short utterance and then select the appropriate response to it.

  📖 It takes strong listening skills and broad knowledge of <u>vocabulary, grammar, and expressions</u> to do well on these questions.

  📖 Familiarize yourself with natural verbal exchanges that commonly occur in daily life.

■ About the practice test booklets

· The three practice tests are each bound in separate booklets at the end of this book. <u>The booklets are detachable.</u> <u>To remove a booklet, grasp its cover and last page and gently pull it from the book.</u>

· Each booklet is divided into: Language Knowledge (Vocabulary) , Language Knowledge (Grammar) / Reading, and Listening.

· The answer sheets for each part are found at the end of the booklet. <u>Before taking the practice test, prepare the answer sheets by cutting them out with scissors.</u>

■ About the audio downloads

· Scan the QR code at the bottom right and install OTO Navi, The Japan Times Publishing's free sound navigation app, on your smartphone or tablet. Next, use the app to download the audio material for the listening comprehension sections of this book.

· The listening comprehension audio files can also be downloaded via the page linked below. <u>The downloads are **free**</u>.

  https://bookclub.japantimes.co.jp/en/book/b505867.html

Đặc trưng và cách sử dụng quyển sách này
Thử thách với kỳ thi thử!

◆ **Mục đích của kỳ thi thử là gì?**

Thi thử → Biết môn mình còn yếu, năng lực cần thiết để thi đậu và thực lực hiện tại → Lên kế hoạch học tập hiệu quả và học tập trung các phần còn yếu cho đến kỳ thi thật → Thi thật → **Thi đậu!**

◆ **Khi thi thử?**

Phải làm bài với tâm thế giống như thi thật chứ không phải luyện tập!

    🕯 Tiến hành trong môi trường có thể tập trung như kỳ thi thật.

    🕯 Tính giờ và kết thúc bài thi trong giới hạn thời gian giống với kỳ thi thật.

◆ **Sử dụng 3 lần thi thử khi nào?**

Ví dụ lịch học

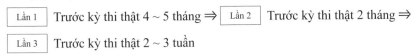

| Lần 1 | Trước kỳ thi thật 4 ~ 5 tháng ⇒ | Lần 2 | Trước kỳ thi thật 2 tháng ⇒ |

| Lần 3 | Trước kỳ thi thật 2 ~ 3 tuần |

    🕯 Không giải hết 3 bộ đề thi trong 1 lần.

    🕯 Cách khoảng một chút để kiểm tra thành quả học tập qua sự thay đổi trong điểm số.

◆ **Đạt bao nhiêu điểm thì được?**

Điểm chuẩn và điểm đậu: Tham khảo "Bảng tính điểm" (trang 40, 69, 96)

Nhưng, ở kỳ thi thật, do tâm lý căng thẳng nên thường điểm sẽ thấp hơn kỳ thi thử.

→ Hãy nhắm đến mục tiêu đạt hơn cao điểm chuẩn – điểm đậu từ 10 ~ 20%!

Đặc trưng của "Giải thích" và gợi ý học tập từng môn

Hãy sử dụng hiệu quả phần "Giải thích" của quyển sách này để mở rộng việc học. Không chỉ những câu hỏi mình làm sai mà các bạn hãy đọc kỹ cả phần giải thích những câu hỏi mình đã trả lời đúng. Khi đọc giải thích, các bạn có thể học cả những phần ngoài câu hỏi.

Ví dụ giải thích ("Kiến thức từ vựng")

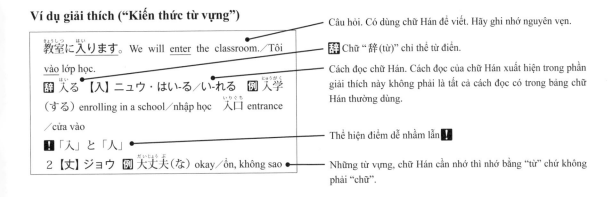

教室に入ります。We will enter the classroom./Tôi vào lớp học. — Câu hỏi. Có dùng chữ Hán để viết. Hãy ghi nhớ nguyên vẹn.

辞 入る【入】ニュウ・はい-る/い-れる 例 入学 — 辞 Chữ "辞 (từ)" chỉ thể từ điển.

(する) enrolling in a school/nhập học 入口 entrance /cửa vào — Cách đọc chữ Hán. Cách đọc của chữ Hán xuất hiện trong phần giải thích này không phải là tất cả cách đọc có trong bảng chữ Hán thường dùng.

！「入」と「人」 — Thể hiện điểm dễ nhầm lẫn ！

2【丈】ジョウ 例 大丈夫 (な) okay/ổn, không sao — Những từ vựng, chữ Hán cần nhớ thì nhớ bằng "từ" chứ không phải "chữ".

◆ **Từ vựng**

◆ **Ngữ pháp**

Câu 1: "Ngữ pháp của câu (Chọn hình thức ngữ pháp)"

Hãy xem giải thích và ghi nhớ ý nghĩa của câu và câu ví dụ.

Câu 2: "Ngữ pháp của câu 2 (Ghép câu)"

Lưu ý sự kết nối của trợ từ, phần tu từ bổ nghĩa cho danh từ và từ vựng.

🈴Cách ghép câu : Được hiển thị để có thể nhìn thấy hình thức của tu từ bổ nghĩa cho danh từ.

Câu 3: "Ngữ pháp của đoạn văn"

Hãy trả lời câu hỏi ngữ pháp sau khi hiểu nghĩa của đoạn văn. Trước tiên, hãy suy nghĩ người viết muốn nói gì.

　　📖 Hạng mục ngữ pháp thường được ra trong đề thi

　　　・「～ます・～ました・～ません・～ませんでした」「～ます・～ています」

　　　・「～です・～でした・～じゃありません・～じゃありませんでした」

　　　・Cách diễn đạt từ nối「でも」「だから」「それから」など

◆ **Đọc hiểu**

Phần giải thích được chia ra như sau. Hãy tham khảo phần giải thích này để nâng cao năng lực đọc hiểu.

　　🔍 Câu liên quan đến câu trả lời: Nếu đọc ở đâu trong nội dung chính thì biết được câu trả lời

　　💡 Từ gợi ý: Từ quan trọng để tìm thấy câu trả lời

　　📖 Điểm lý giải: Đọc như thế nào thì được

　　❤ Những từ có ích: Những từ nên nhớ dù có liên quan đến câu trả lời hay không

Câu hỏi đọc hiểu có những dạng như sau.

"Hiểu nội dung"

Đừng quá câu nệ từng chữ một mà quan trọng là nắm bắt được toàn thể đoạn văn đang chuyển tải điều gì.

　　📖 Hãy đọc sách giáo khoa hay những đoạn văn trong đời sống quanh mình càng nhiều càng tốt.

　　📖 Những người thích đọc sách bằng tiếng mẹ đẻ, những người có kiến thức phổ thông phong phú sẽ có ưu thế!

"Tìm kiếm thông tin"

Tìm thông tin cần thiết từ thông báo, quảng cáo v.v. một cách nhanh chóng.

　　📖 Cần phải quen → Thường ngày, hãy tập thói quen đọc mục thông tin trên tạp chí v.v.

"Tìm kiếm thông tin" chắc chắn sẽ được ra đề ở cuối phần đọc hiểu.

　　📖 Hãy tìm ra thông tin cần thiết từ những gì được viết.

　　📖 Hãy chú ý đến con số và đọc không vội vã.

　　📖 Không để thiếu thời gian. Hãy chú ý thời gian!

◆ **Nghe**

　　・**Chữ in đậm** trong phần nội dung nghe không phải là câu trả lời trong phần lựa chọn

　　・Chữ được gạch dưới trong phần nội dung nghe là từ để biết câu trả lời đúng

Phần giải thích được chia ra như sau. Hãy tham khảo phần giải thích này để nâng cao năng lực nghe hiểu.

　　🎵 Điểm lý giải: Cách nghe như thế nào thì tốt

　　💡 Từ gợi ý: Từ quan trọng để tìm thấy câu trả lời

　　❤ Những từ có ích: Những từ nên nhớ dù có liên quan đến câu trả lời hay không

Phần Nghe được chia thành 4 dạng từ câu 1 ~ câu 4. Đặc trưng và các điểm cần lưu ý ở mỗi câu hỏi như sau.

Câu 1: "Hiểu vấn đề"
· Vừa nhìn hình minh họa, bản đồ, chữ v.v. vừa nghe để chọn câu trả lời.
· Nghe câu hỏi trước đoạn hội thoại.
  👆 Hãy nghe kỹ nội dung câu hỏi.
  👆 Nghe câu chuyện của ai đó và làm đúng như vậy. Nhiều câu hỏi hỏi "cái gì", "nào", "khi nào", "ở đâu", "ai", "mấy người / mấy tháng" v.v.

Câu 2: "Hiểu điểm chính"
· Vừa nhìn hình minh họa hay chữ vừa nghe câu chuyện để chọn câu trả lời.
· Nghe câu hỏi trước đoạn hội thoại.
  👆 Việc mình đã làm và việc sẽ làm sắp tới. Nhiều câu hỏi hỏi "tại sao", "như thế nào", "cái gì", "lúc nào" v.v.

Câu 3 "Diễn đạt bằng lời"
· Nhìn tranh để chọn thoại phù hợp
  👆 Hãy ghi nhớ cách nói chuyện tự nhiên trong đời sống.

Câu 4: "Trả lời nhanh"
· Nghe câu thoại ngắn → Chọn câu mà người còn lại trong đoạn hội thoại sẽ trả lời là gì.
  👆 Quan trọng là năng lực nghe hiểu + kiến thức từ vựng, ngữ pháp, cách diễn đạt.
  👆 Hãy ghi nhớ cách nói chuyện tự nhiên trong đời sống.

■ **Về tập đề thi thử**
· Đề thi thử ở cuối sách được chia thành 3 tập riêng cho lần 1, lần 2, lần 3 và <u>có thể gỡ rời từng lần 1</u>. Bạn hãy cầm từng tập từ trang bìa và trang cuối rồi kéo ra ngoài cuốn sách để gỡ ra.
· Trong tập đề thi thử của mỗi lần đều có đầy đủ "Kiến thức ngôn ngữ (Từ vựng)", "Kiến thức ngôn ngữ (Ngữ pháp) — Đọc hiểu" và "Nghe".
· Giấy trả lời của "Kiến thức ngôn ngữ (Từ vựng)", "Kiến thức ngôn ngữ (Ngữ pháp) — Đọc hiểu" và "Nghe" được gắn ở cuối tập đề thi thử. <u>Trước khi bắt đầu bài thi thử, hãy dùng kéo cắt ra, chuẩn bị sẵn sàng.</u>

■ **Về việc tải âm thanh của phần Nghe**
· Hãy đọc mã QR phía dưới bên phải và cài đặt ứng dụng âm thanh miễn phí của NXB Japan Times vào điện thoại thông minh hoặc máy tính bảng và tải phần âm thanh câu hỏi môn Nghe xuống.
· Bạn cũng có thể tải phần âm thanh câu hỏi môn Nghe từ đường dẫn URL dưới đây.
Phần tải này **miễn phí.**
https://bookclub.japantimes.co.jp/jp/book/b505861.html

N5 第1回 模擬試験
だい かい も ぎ し けん

N5 Practice Test 1
N5 Bài thi thử lần 1

解答と解説
かい とう かい せつ

Answers and Comments
Đáp án và Giải thích

言語知識（文字・語彙）
Language Knowledge (Vocabulary)／Kiến thức Ngôn ngữ (Từ vựng)

問題1（漢字読み *Kanji* reading／Đọc Kanji）

1 答え 3

絵をかきました。I drew a picture.／Tôi đã vẽ tranh.

【絵】カイ・エ 例 絵本 picture book／sách tranh

1【文】ブン 例 作文 essay／bài văn

2【本】ホン 例 本屋 bookstore／tiệm sách 一本 one (long object, etc.)／1 cây, 1 cái

4【字】ジ 例 漢字 kanji; Chinese character／chữ Hán

2 答え 4

家にいます。I'm at home.／Tôi ở nhà.

【家】カ・ケ・いえ 例 家族 family／gia đình 山田家 the Yamada family／dòng họ Yamada, nhà Yamada

1 居間 living room／phòng khách

2 部屋 room／căn phòng

3 庭 garden／vườn

3 答え 2

秋が好きです。I like fall.／Tôi thích mùa thu.

【秋】シュウ・あき

1 夏 summer／mùa hè

3 冬 winter／mùa đông

4 春 spring／mùa xuân

4 答え 4

大学で勉強しています。I study at a university.／Tôi học ở trường đại học.

【大】ダイ・タイ・おお-きい 例 大好き（な）favorite／rất yêu thích 大切（な）important／quan trọng 大通り avenue／đại lộ

【学】ガク・まな-ぶ 例 学生 student／sinh viên 学校 school／trường học

❗「た」と「だ」大学＝だいがく 大切＝たいせつ

5 答え 1

三か月日本にいます。I will be in Japan for three months.／Tôi ở Nhật 3 tháng.

❗ 読み方 Reading／Cách đọc

【三】三月：さんがつ 三つ：みっつ 三日：みっか

【月】月曜：げつよう 正月：しょうがつ 月見：つきみ

6 答え 2

この町は木が多いです。This town has many trees.／Thị trấn này có nhiều cây.

【多】タ・おお-い

1 少ない few／ít

3 太い thick／mập

4 細い thin／ốm

7 答え 3

図書館へ行きました。I went to the library.／Tôi đã đi thư viện.

【図】ズ・ト 例 図をかく draw a figure／vẽ sơ đồ 地図 map／bản đồ

❗「としょかん」：「う」がない

8 答え 4

12時に出ます。I'm leaving at 12 o'clock.／Tôi sẽ rời khỏi lúc 12 giờ.

辞 出る 【出】シュツ・で-る／だ-す 例 外出（する）being out／ra ngoài 出す take out／đưa ra 出口 exit／cửa ra

1 寝ます go to bed／ngủ

3 来ます come／đến

9 答え 4

日本に四回来ました。I've been to Japan four times.／Tôi đã đến Nhật 4 lần.

！ 読み方 Reading／Cách đọc

四月：**しがつ** 四つ：**よっつ** 四日：**よっか** 四年：**よねん** 四回：**よんかい**

【回】カイ 例 一回目 first (time)／lần thứ nhất 第六回 sixth (session)／lần thứ 6

| 10 | 答え 3 |

銀行は駅の<u>前</u>にあります。The bank is in <u>front</u> of the train station.／Ngân hàng ở <u>phía trước</u> nhà ga.

【前】ゼン・まえ ⇔ 後ろ behind／phía sau 例 前後 around; before and after／trước sau 名前 name／tên

1 上 above／trên
2 下 below／dưới
4 横 next to／ngang, bên cạnh

| 11 | 答え 2 |

姉が一人います。I have one (older) sister.／Tôi có 1 người <u>chị</u>.

【姉】シ・あね 例 姉妹 sisters／chị em gái

1 兄 older brother／anh
3 弟 younger brother／em trai
4 妹 younger sister／em gái

| 12 | 答え 1 |

きれいな<u>声</u>ですね。You have a beautiful <u>voice</u>.／<u>Giọng</u> hay quá nhỉ.

【声】セイ・こえ 例 大声 loud voice／giọng lớn

2 髪 hair／tóc
3 服 clothes／áo quần
4 人 person／người

問題2（表記 Orthography／Chính tả）

| 13 | 答え 3 |

明日友達に会います。I'm going to <u>get together</u> with a friend tomorrow.／Ngày mai tôi sẽ gặp bạn.

辞 会う【会】カイ・あ-う 例 会社 company／công ty 人に／と会う meet with someone／gặp / gặp gỡ với người

1 【分】ブン・フン・わ-ける 例 自分 oneself／

bản thân 五分 5 minutes／5 phút
2 【全】ゼン 例 全体 whole／toàn thể
4 【合】ゴウ・あ-う 例 合計 total／tổng cộng この答えは、合っています。This answer is correct.／Câu trả lời này đúng.

※この4つの漢字は、上に「ハ」「ヘ」がある。All four of these kanji have ハ and ヘ in them.／4 chữ Hán này có "ハ", "ヘ" ở trên.

| 14 | 答え 4 |

車にガソリンを入れました。I filled the car with gas.／Tôi đã đổ <u>xăng</u> cho xe.

！「ツ（つ）／シ（し）／ソ（そ）／ン（ん）」

| 15 | 答え 1 |

教室に<u>入ります</u>。We will <u>enter</u> the classroom.／Tôi vào lớp học.

辞 入る【入】ニュウ・はい-る／い-れる 例 入学（する）enrolling in a school／nhập học 入口 entrance／cửa vào

！「入」と「人」

2 【丈】ジョウ 例 大丈夫（な）okay／ổn, không sao
3 【人】ジン・ニン・ひと 例 日本人 Japanese／người Nhật 五人 5 people／5 người
4 【込】こ-む／こ-める 例 電車が込んでいます。The train is crowded.／Tàu điện đông đúc.

| 16 | 答え 2 |

住所を書いてください。Please write your <u>address</u>.／Hãy viết <u>địa chỉ</u>.

【住】ジュウ・す-む
【所】ショ・ところ 例 場所 place／nơi

1 【往】オウ 例 往復（する）roundtrip／khứ hồi
3 【注】チュウ・そそ-ぐ 例 注意（する）attention／chú ý
4 【柱】チュウ・はしら

※この4つの漢字は、右側に「主」がある。All four of these kanji have 主 on their right side.／4 chữ Hán này có bộ thủ "主 (chủ)" ở bên phải.

17 答え 2

このチームは強いです。This team is <u>strong</u>.／Đội này <u>mạnh</u>.

【強】キョウ・つよ-い 例 勉強(する) study／việc học 強力(な) powerful／mạnh mẽ 力が強い be strong／sức mạnh ⇔ 弱い

1【熱】ネツ・あつ-い ⇔ 冷たい 例 熱があります。I have a fever.／Tôi bị sốt.

3【長】チョウ・なが-い ⇔ 短い

4【良】リョウ・よ-い ⇔ 悪い

18 答え 1

両親は元気ですか。Are your <u>parents</u> doing well?／<u>Cha mẹ</u> bạn có khỏe không?

【両】リョウ 例 両替(する) changing (money)／đổi tiền

【親】シン・おや・した-しい 例 親戚 relative／bà con 親子 parent and child／cha mẹ và con cái 親しい intimate／thân mật

19 答え 4

顔を洗います。I <u>wash</u> my face.／Tôi rửa mặt.

辞 洗う 【洗】セン・あら-う 例 洗濯(する) laundry／giặt giũ

1【洋】ヨウ 例 太平洋 Pacific Ocean／Thái Bình Dương

2【池】チ・いけ 例 電池 battery／pin

3【泣】キュウ・な-く 例 赤ちゃんが泣いています。The baby is crying.／Em bé đang khóc.

※この4つの漢字は、左側に「氵」(「水」の意味)がある。All four of these kanji have 氵 (meaning "water") on their left side.／4 chữ Hán này có bộ thủ "氵 (thủy)" (có nghĩa là "nước") ở bên trái.

20 答え 3

急に電気が消えました。The power <u>suddenly</u> went off.／Thình lình điện bị tắt.

【急】キュウ・いそ-ぐ 例 急行電車 express train／tàu điện tốc hành 急いで行きます。I will hurry there.

／Tôi sẽ đi gấp.

1【悪】アク・わる-い 例 悪人 bad person／người ác

2【意】イ 例 意味 meaning／ý nghĩa

4【思】おも-う

※この4つの漢字は、下に「心」がある。All four of these kanji have 心 at their bottom.／4 chữ Hán này có "心 (tâm)" ở dưới.

問題3（文脈規定 Contextually-defined expressions／Quy định ngữ cảnh）

21 答え 1

(カード)を使って買い物します。I use my (credit) card when I shop.／Tôi dùng <u>thẻ</u> để mua sắm.

※この場合はクレジットカードのこと カード here means "credit card."／Trường hợp này là thẻ tín dụng.

2 ドレス dress／áo đầm

3 ゲーム game／game, trò chơi

4 クイズ quiz／câu đố

22 答え 3

先生がおもしろいですから、学生はいつも(笑って)います。The professor is a funny person, so the students are always <u>laughing</u>.／Vì giáo viên thú vị nên sinh viên lúc nào cũng <u>cười</u>.

辞 笑う

1 驚いて 辞 驚く be surprised／ngạc nhiên, bất ngờ

2 泣いて 辞 泣く cry／khóc

4 怒って 辞 怒る be angry／tức giận

23 答え 2

今日の漢字は(簡単)でしたから、すぐ覚えられました。Today's kanji were <u>easy</u>, so I was able to memorize them right away.／Chữ Hán hôm nay <u>đơn giản</u> nên tôi nhớ được ngay.

1 親切(な) kind／tử tế

3 有名(な) famous／nổi tiếng

4 にぎやか(な) lively／nhộn nhịp ⇔ 静か(な)

24 答え 4

エレベーターは使いません。（階段）で行きます。
We don't use the elevator. We'll take the stairs.／Tôi không sử dụng thang máy. Tôi sẽ đi bằng cầu thang.

1　タクシー taxi／taxi
2　バス bus／xe buýt
3　車 car／xe ô tô

25　答え　2

父は（体）が大きいです。My father is a big person.／Cha tôi có thân hình to lớn.

1　髪の毛 hair／tóc
3　音 sound／âm thanh, tiếng động
4　友達 friend／người bạn, bạn bè

26　答え　1

一つ（目）の角を曲がります。Turn at the first corner.／Rẽ góc thứ nhất.

～目：たくさんあるものの中での順番を表す。
Expresses the numerical order of something in a series.／Diễn tả thứ tự trong số nhiều đồ vật, sự việc.　例 一つ目の角を曲がってください。Please turn at the first corner.／Hãy rẽ (quẹo) ở góc thứ nhất.　試験は2回ありましたが、私は2回目を受けました。The test was held in two sessions, and I took the second one.／Kỳ thi có 2 lần nhưng tôi đã dự thi lần thứ 2.

2　～度 ~ times／~ lần, ~ độ
3　～回 ~ times／~ lần
4　～台 (counter for cars, machines, etc.)／~ chiếc (đếm máy móc, xe)

27　答え　4

シャワーを（浴びて）から、出かけました。I went out after taking a shower.／Sau khi tắm vòi sen, tôi đã đi ra ngoài.

辞 浴びる：（お湯や水などを）体全体にかける body is bathed in (water, etc.)／Giội (nước ấm hoặc nước v.v.) lên toàn bộ cơ thể

1　入って　辞 入る　例 風呂に入る take a bath／vào bồn tắm (đi tắm)
2　取って　辞 取る　例 免許を取る get a license／lấy bằng lái
3　開けて　辞 開ける　例 ドアを開ける open the door／mở cửa

28　答え　3

田中さん、（遅い）ですね。もう10時ですが、まだ来ていません。Tanaka-san's late. It's already 10 o'clock but she's not here.／Tanaka-san muộn nhỉ. Đã 10 giờ rồi mà vẫn chưa đến.

辞 遅い　例 時間が遅い time is late／thời gian chậm, trễ　スピードが遅い speed is slow／tốc độ chậm

1　重い heavy／nặng
2　軽い light／nhẹ
4　早い／速い early; fast／sớm, nhanh

29　答え　2

風邪を引きましたか。（大丈夫）ですか。Have you caught a cold? Are you okay?／Bạn bị cảm à? Có ổn không?

大丈夫（な）okay／ổn, không sao＝問題がない／良い

1　けっこうです No, thank you.／Đủ rồi ạ.　※何かを勧められて、断る時に使う。Used to politely turn down an offer.／Sử dụng để từ chối khi được mời cái gì đó.
3　もう一度 one more time／một lần nữa　例 すみません、もう一度言ってください。I'm sorry, but could you say that again?／Xin lỗi, vui lòng nói lại một lần nữa.
4　たくさん many／nhiều

30　答え　4

日本でいろいろな所へ（旅行）しました。I've traveled to many places in Japan.／Tôi đã du lịch nhiều nơi khác nhau ở Nhật.

辞 旅行する travel／du lịch
1　食事する dine／dùng bữa, ăn uống
2　練習する practice／luyện tập
3　勉強する study／học

31　答え　1

日本人の友達ができました。I've made a Japanese friend.／Tôi đã có được bạn bè người Nhật.

＝今、日本人の友達がいます。I now have a Japanese friend.／Bây giờ, tôi có bạn là người Nhật.

～ができた ～ is created/completed／có được ～, ～ được xây lên, làm xong ～　例 ビルができた。A building has been put up.／Tòa nhà đã được xây lên.　宿題ができた。I finished my homework.／Tôi đã làm xong bài tập.

2　今、日本人の友達がいません。I don't have any Japanese friends now.／Bây giờ tôi không có bạn là người Nhật.

3　日本人の友達がほしいです。I want to have Japanese friends.／Tôi muốn có bạn là người Nhật.

4　日本人の友達と会いました。I got together with a Japanese friend.／Tôi đã gặp bạn là người Nhật.

32　答え　2

今日のテストは全然わかりませんでした。I had no clue on the test today.／Tôi hoàn toàn không hiểu bài kiểm tra hôm nay.

＝今日のテストは難しかったです。The test today was hard.／Bài kiểm tra hôm nay (đã) khó.

1　今日のテストは易しかったです。The test today was easy.／Bài kiểm tra hôm nay (đã) dễ.

3　今日のテストは受けることができませんでした。I wasn't able to take the test today.／Tôi đã không thể (tham gia) làm bài kiểm tra hôm nay.

4　今日のテストはクラスの全員が受けました。Everyone in my class took the test today.／Cả lớp đã (tham gia) làm bài kiểm tra hôm nay.

33　答え　3

このクラスはにぎやかです。This is a lively class.／Lớp này huyên náo.

＝このクラスはみんなよく話します。The students in this class talk a lot.／Sinh viên lớp này mọi người thường nói chuyện.

にぎやか（な）lively／nhộn nhịp, huyên náo ⇔ 静か（な）quiet／yên tĩnh　cf. うるさい noisy／ồn ào

1　このクラスは学生が少ないです。This class has few students.／Lớp này ít sinh viên. ⇔ 多い

2　このクラスは学生がいません。This class doesn't have any students.／Lớp này không có sinh viên.

4　このクラスはみんなあまり話しません。The students in this class don't talk much.／Lớp này mọi người hầu như không nói chuyện.

34　答え　4

私は東京に住んでいます。I live in Tokyo.／Tôi đang sống ở Tokyo.

＝私のうちは東京にあります。My home is in Tokyo.／Nhà của tôi ở Tokyo.

1　私の家族は東京にいます。My family is in Tokyo.／Gia đình tôi ở Tokyo.

2　私の会社は東京にあります。My company is in Tokyo.／Công ty tôi ở Tokyo.

3　私の学校は東京にあります。My school is in Tokyo.／Trường của tôi ở Tokyo.

35　答え　3

私は料理が好きです。I like to cook.／Tôi thích nấu ăn.

＝私は食べる物を作るのが好きです。I like to make food.／Tôi thích việc làm ra món ăn.

1　私はゲームをするのが好きです。I like to play games.／Tôi thích chơi game.

2　私は手紙を書くのが好きです。I like to write letters.／Tôi thích viết thư.

4　私は服を買うのが好きです。I like to buy clothes.／Tôi thích mua quần áo.

言語知識（文法）・読解

Language Knowledge (Grammar) · Reading／Kiến thức Ngôn ngữ (Ngữ pháp) - Đọc hiểu

---

問題1（文の文法1（文法形式の判断）

Sentential grammar 1 (Selecting grammar form)

Ngữ pháp của câu (Chọn hình thức ngữ pháp))

1　答え　4

友達（を）待っています。I'm waiting for a friend.／Tôi đang đợi bạn.

～を待つ　例 人／電車／バス を待っています。I'm waiting for someone/the train/the bus.／Đợi người / tàu điện, xe buýt.

2　答え　1

山の一番高いところ（に）登りました。I climbed to the highest point on the mountain.／Tôi đã leo đến chỗ cao nhất trên núi.

～に登る／上がる／着く climb/go up to/arrive at ～／leo / lên / đến nơi ～　例 富士山に登ります。I will climb Mt. Fuji.／Leo núi Phú Sỹ.　2階に上がります。I'm going up to the second floor.／Lên tầng 2.　空港に着きます。I will arrive at the airport.／Đến sân bay.

3　答え　2

昨日、（だいたい）2時間勉強しました。I studied about two hours yesterday.／Hôm qua, tôi đã học khoảng 2 tiếng.

だいたい＋数字：正確な数字ではない時に使う。Used to indicate an approximate number.／Sử dụng khi không phải là con số chính xác.　例 うちから学校までだいたい30分かかります。It takes about 30 minutes to get to school from home.／Từ nhà đến trường mất khoảng 30 phút.

4 ぐらい about／khoảng　例 昨日、2時間ぐらい勉強しました。I studied about two hours yesterday.／Hôm qua, tôi đã học khoảng 2 tiếng.　※数字＋ぐら

い：「ぐらい」は数字の後に来る。ぐらい is placed after the number.／ぐらい đi sau chữ số.

4　答え　3

ジョンさんの先生（は）、どの人ですか。Which one is John-san's teacher?／Giáo viên của anh John là người nào?

＝どの人がジョンさんの先生ですか。

❗「は」「が」と疑問詞（「だれ」「どこ」など）

～は、 どの人／だれ／何／どこ／いつ ですか。

例 あの人は、だれですか。

どの人／だれ／何／どこ／いつ が、～か。

例 だれが来ましたか。

5　答え　2

ホアンさんは、あの背（が）高い人（の）後ろにいます。Hoang-san is behind that tall person.／Anh Hoàng ở phía sau người cao kia.

～の前／後ろ in front of/behind ～／trước / sau ～

6　答え　1

「昨日ラーメンを食べました。」「そうですか。私（も）食べました。」"I ate ramen yesterday." "Really? Me, too."／"(Tôi) đã ăn mì ramen hôm qua", "Vậy à? Tôi cũng đã ăn."

7　答え　2

このパソコンはガンさん（に）借りました。

I borrowed this laptop from Ngan-san.／Cái máy vi tính này tôi đã mượn từ Ngân.

❗「借りる」と「貸す」

私はAに～を借ります。I borrow ～ from A.／Tôi mượn ～ từ A.

私はAに～を貸します。I lend ～ to A.／Tôi cho A mượn ～

8 答え 1

<ruby>私<rt>わたし</rt></ruby>の<ruby>寮<rt>りょう</rt></ruby>の<ruby>部屋<rt>へや</rt></ruby>は、(きれいで)とても<ruby>広<rt>ひろ</rt></ruby>いです。

My dorm room is <u>beautiful and</u> spacious./Phòng ký túc xá của tôi <u>đẹp và</u> rất rộng.

⚠「きれい」はナ<ruby>形容詞<rt>けいようし</rt></ruby>。「きれいで～」が<ruby>正<rt>ただ</rt></ruby>しい。「きれいと～」「きれくて～」ではない。きれい is a *na*-adjective, so きれいで is the correct choice, not きれいと or きれくて./"きれい" là tính từ loại Na. "きれいで" là câu trả lời đúng. Không phải là "きれいと" và "きれくて".

9 答え 3

「あれは<ruby>何<rt>なん</rt></ruby>ですか。」【たくさんある】(どれ)ですか。」「あの<ruby>高<rt>たか</rt></ruby>いビルです。」"What's that over there?" "(*Seeing many things*) <u>Which</u> thing?" "That tall building."/Đó là gì vậy? "[Có nhiều] Cái nào?" "Tòa nhà cao kia."

⚠ ２つ<ruby>以上<rt>いじょう</rt></ruby>あるものから１つを<ruby>取<rt>と</rt></ruby>り<ruby>出<rt>だ</rt></ruby>す<ruby>時<rt>とき</rt></ruby>の<ruby>質問<rt>しつもん</rt></ruby>は、「どれ／どの」を<ruby>使<rt>つか</rt></ruby>う。どれ／どの are used to say "which (one)" when asking a question that focuses on one thing among two or more possibilities./Câu hỏi khi chọn 1 từ trong số 2 trở lên thì sử dụng "どれ/どの (cái nào)".

1 どうして 例「どうして<ruby>遅刻<rt>ちこく</rt></ruby>しましたか。」「<ruby>電車<rt>でんしゃ</rt></ruby>が<ruby>遅<rt>おく</rt></ruby>れたからです。」"Why were you late?" "Because the train was behind schedule."/"Tại sao bạn trễ giờ?" "Vì tàu điện đến trễ."

2 どう 例「<ruby>日本語<rt>にほんご</rt></ruby>の<ruby>勉強<rt>べんきょう</rt></ruby>はどうですか。」「<ruby>楽<rt>たの</rt></ruby>しいです。」"How's your study of Japanese going?" "It's fun."/"Việc học tiếng Nhật thế nào?" "Vui ạ."

4 どの＋<ruby>名詞<rt>めいし</rt></ruby> noun/danh từ (danh từ nào) 例「あれは何のビルですか。」「【ビルがたくさんある】どのビルですか。」「あの<ruby>高<rt>たか</rt></ruby>いビルです。」"What's that building over there?" "(*Seeing many buildings*) Which building?" "That tall one."/"Đó là tòa nhà gì vậy?" "[Có nhiều tòa nhà] Tòa nhà nào?" "Tòa nhà cao kia."

10 答え 4

<ruby>教室<rt>きょうしつ</rt></ruby>で<ruby>飲<rt>の</rt></ruby>み<ruby>物<rt>もの</rt></ruby>は、(<ruby>飲<rt>の</rt></ruby>んでもいいです)が、<ruby>食<rt>た</rt></ruby>べ<ruby>物<rt>もの</rt></ruby>はだめです。We <u>are allowed to</u> drink in the classroom, but we can't eat./Trong phòng học, uống thức uống

cũng được, nhưng thức ăn thì không được.

～てもいいです may/can/be allowed to ～/～ cũng được：<ruby>許可<rt>きょか</rt></ruby> permission/cho phép⇔～てはいけません may not/cannot/not allowed to ～/không được ～：<ruby>禁止<rt>きんし</rt></ruby> prohibition/cấm

11 答え 3

「(<ruby>何<rt>なに</rt></ruby>で)<ruby>学校<rt>がっこう</rt></ruby>へ<ruby>来<rt>き</rt></ruby>ましたか。」「<ruby>歩<rt>ある</rt></ruby>いてきました。」"<u>How</u> did you come to school?" "I walked."/Bạn đã đến trường <u>bằng gì?</u> "Tôi đã đi bộ."

1 <ruby>何時<rt>なんじ</rt></ruby>に what time/mấy giờ 例「何時に学校に来ましたか。」「９時に<ruby>来<rt>き</rt></ruby>ました。」"What time did you get to school?" "I got here at 9 o'clock."/"Bạn đã đến trường lúc mấy giờ?" "Tôi đã đến lúc 9 giờ."

2 <ruby>誰<rt>だれ</rt></ruby>と 例「<ruby>誰<rt>だれ</rt></ruby>と学校に来ましたか。」「<ruby>友達<rt>ともだち</rt></ruby>と来ました。」"Who did you come to school with?" "A friend."/"Bạn đã đến trường với ai?" "Tôi đã đến trường với bạn."

4 いつ 例「いつ<ruby>日本<rt>にほん</rt></ruby>に来ましたか。」「３<ruby>月<rt>がつ</rt></ruby>10<ruby>日<rt>か</rt></ruby>に来ました。」"When did you come to Japan?" "I got here on March 10."/"Bạn đã đến Nhật khi nào?" "Tôi đã đến vào ngày 10 tháng 3."

12 答え 4

<ruby>長<rt>なが</rt></ruby>い<ruby>間<rt>あいだ</rt></ruby>そうじしていませんから、<ruby>部屋<rt>へや</rt></ruby>が(<ruby>汚<rt>きたな</rt></ruby>くなりました)。I haven't done any cleaning for a long time, so my room <u>is a mess</u>./Vì lâu ngày không quét dọn nên phòng <u>trở nên bẩn</u>.

イ<ruby>形容詞<rt>けいようし</rt></ruby>（*i*-adjective／tính từ loại I）＋なる →～くなる

※「<ruby>今<rt>いま</rt></ruby>、<ruby>汚<rt>きたな</rt></ruby>い」→「～くなりました」を<ruby>選<rt>えら</rt></ruby>ぶ。「～くなります」（＝「<ruby>今<rt>いま</rt></ruby>から～なる」）を<ruby>選<rt>えら</rt></ruby>ばないように。

13 答え 1

<ruby>日本<rt>にほん</rt></ruby>に(<ruby>来<rt>く</rt></ruby>る)<ruby>前<rt>まえ</rt></ruby>に、<ruby>家族<rt>かぞく</rt></ruby>みんなで<ruby>食事<rt>しょくじ</rt></ruby>をしました。Before I came to Japan, everyone in my family and I had dinner together./Trước khi đến Nhật, tôi đã dùng bữa cơm với cả gia đình.

⚠「～<ruby>前<rt>まえ</rt></ruby>に」と「～たあと」

<ruby>辞書形<rt>じしょけい</rt></ruby>＋<ruby>前<rt>まえ</rt></ruby>に：<ruby>文<rt>ぶん</rt></ruby>が<ruby>現在形<rt>げんざいけい</rt></ruby>でも<ruby>過去形<rt>かこけい</rt></ruby>でも、<ruby>動詞<rt>どうし</rt></ruby>

は辞書形。In this pattern, the verb is always placed in the dictionary form regardless of whether the sentence is in the present tense or the past.／Dù là câu ở thì hiện tại hay quá khứ thì động từ lúc nào cũng ở thể từ điển. 例 いつもご飯を食べる前に手を洗います。／昨日ご飯を食べる前に手を洗いました。I always wash my hands before eating. / I washed my hands before eating yesterday.／Tôi luôn luôn rửa tay trước khi ăn cơm. / Hôm qua tôi đã rửa tay trước khi ăn cơm.

～たあと：文が現在形でも過去形でも、動詞はいつもタ形 In this pattern, the verb is always placed in the *ta*-form regardless of whether the sentence is in the present tense or the past.／Dù là câu ở thì hiện tại hay quá khứ thì động từ lúc nào cũng ở thể Ta. 例 いつもご飯を食べたあと、コーヒーを飲みます。／昨日ご飯を食べたあと、コーヒーを飲みました。I always drink some coffee after eating a meal. / I drank some drink some coffee after eating dinner yesterday.／Lúc nào tôi cũng uống cà phê sau khi ăn cơm. / Hôm qua tôi đã uống cà phê sau khi ăn cơm.

14 答え 3

嫌いなものは、（食べなくてもいいです）よ。好きなものを食べてください。You don't have to eat the things you don't like. Please just eat what you like.／Thứ không thích thì không ăn cũng được đấy. Hãy ăn thứ mình thích.

～なくてもいいです ⇔ ～なければなりません have to ～／phải ～

1 ～たほうがいいです should ～／nên ～ 例 熱があります。病院へ行ったほうがいいですよ。You're running a fever. You should go to the doctor.／Bạn bị sốt. Nên đi bệnh viện thì hơn đấy.

4 ～てもいいです can/may/be allowed to ～／～ cũng được 例 休みの日に、教室を使ってもいいです。We can use the classroom on days when there's no school.／Sử dụng phòng học vào ngày nghỉ cũng được.

15 答え 2

昨日うちで作文を（書いて）、それから漢字を勉強

しました。Yesterday, I wrote an essay and then studied kanji at home.／Hôm qua, ở nhà, tôi đã viết bài tập làm văn, sau đó học chữ Hán.

※過去の文だが、「～て」は過去形にならない。Although the sentence is in the past tense, the ～て does not change to the past tense.／Tuy là câu quá khứ nhưng "～て" thì không trở thành thì quá khứ.

書く⇒書いて ※「～く／ぐ」⇒～いて／いで 例 聞く⇒聞いて 置く⇒置いて 泳ぐ⇒泳いで ⚠ 行く⇒行って

16 答え 4

朝は、コーヒー（か）紅茶を飲みます。I drink coffee or tea in the morning.／Buổi sáng, tôi uống cà phê hoặc hồng trà.

AかB 例 パンかご飯を食べます。I eat bread or rice.／Tôi ăn bánh mì hoặc cơm.

問題2（文の文法2（文の組み立て）
Sentential grammar 2 (Sentence composition)
Ngữ pháp của câu (Ghép câu))

🔄 文の組み立て方 Sentence construction
Cách ghép câu

17 答え 1

山と海とどちらに行きたいですか。

Where would you rather go, the mountains or the beach?／Núi và biển, bạn muốn đi đâu?

🔄 [A]と[B]と[どちら～か]?

18 答え 1

私は1年ぐらい日本語を勉強しています。

I've been studying Japanese for about a year.／Tôi học tiếng Nhật được khoảng 1 năm.

※「1年（＝数字）＋ぐらい」、「勉強して＋います」という文をまず作る。

Start constructing the sentence by pairing 1年（＝number）with ぐらい, and 勉強して with います。／Trước tiên, đặt câu "1年（＝chữ số）＋ぐらい", "勉強して＋います".

19 答え 2

教科書は、隣 の 部屋の 机の 上 にあります。

The textbooks are on the desk in the room next door.／
Sách giáo khoa ở trên bàn trong phòng bên cạnh.

※隣→部屋→机→上　大きい所から小さい所へと「の」でつながっていることに注意。

Note that の is preceded by the larger place, and followed by the smaller place.／Lưu ý việc liên kết từ nơi lớn đến nơi nhỏ bằng "の".

例 学校の2階の教室の一番前の席

20　答え　4

駅前 にある レストランは ピザ が おいしいです。

The pizza at the restaurant in front of the station is great.／Pi-za của nhà hàng trước nhà ga thì ngon.

駅前にある レストラン

「は／が」文：AはBが～です。

※BはAの一部 B is a part of A.／B là một phần của A.
例 東京は人が多いです。There are many people in Tokyo.／Người ở Tokyo thì đông.　ケンさんは頭がいいです。Ken-san is smart.／Anh Ken thì thông minh.

21　答え　3

昨日友達 に あげた お菓子は 台湾で 買いました。

I bought the sweets I gave to my friends yesterday in Taiwan.／Bánh mà tôi đã cho người bạn hôm qua là tôi mua ở Đài Loan.

昨日友達にあげた お菓子

問題3（文章の文法
Text grammar／Ngữ pháp của đoạn văn）

22　答え　1

23　答え　4

24　答え　2

25　答え　3

26　答え　3

姉は会社の人たちにお菓子をあげます。

My sister gives sweets to the people at her office.／"Chị tôi tặng bánh cho người của công ty."

問題4（内容理解（短文）
Comprehension (Short passages)
Hiểu nội dung (đoạn văn ngắn))

🔍答えに関係する文 Sentences associated with the answer
Câu có liên quan với câu trả lời
📖理解のポイント　Comprehension strategies
Điểm quan trọng để hiểu

27　答え　2

🔍「昨日は楽しかったです。」 "I had fun yesterday."／

問題3の本文

（1）タンさんの作文
　私は日本のマンガが大好きで、国でよく読んでいました。そして、日本語でもっとたくさんマンガを読みたいと思いました。ですから日本へ来ました。(私は)日本で、毎日日本語を勉強しています。でも、まだ(私は)日本語でマンガが読めません。とても難しいです。私はいつマンガが読めるでしょうか。先生、教えてください。

（2）ルシアさんの作文
　私の姉は日本の会社で働いています。(姉は)旅行に行った時いつもおみやげを買ってきます。そのおみやげはお菓子です。箱の中に、小さいのが30個ぐらいあります。そして、(姉は)会社の人たちに(お菓子を)あげます。会社の人も30人ぐらいですから、とても便利です。私は、日本のおみやげはすごいと思います。

(1) Tan-san's composition

I love Japanese comics and I often read them in my country. Also, I <u>thought</u> it would be nice to read more comics in Japanese. That's why I came to Japan. I study Japanese every day in Japan. <u>But</u>, I still can't read comics in Japanese. It's very hard to do. When will I become <u>able to read</u> comics [in Japanese]? Teacher, please tell me.

(2) Lucia-san's composition

My older sister works at a Japanese company. Whenever she goes on a trip, she always <u>buys</u> souvenirs. The souvenirs are sweets. There are around 30 small pieces per box. Then, she <u>gives</u> them to people at work. There are around 30 people at her company, so it's very convenient. I think Japanese sweets are amazing!

(1) Bài văn của Tan-san

Em rất thích truyện tranh của Nhật và đã thường đọc ở nước em. Và em <u>đã (nghĩ)</u> muốn đọc truyện tranh nhiều hơn nữa bằng tiếng Nhật. Vì vậy em đã đến Nhật. Ở Nhật, em học tiếng Nhật hằng ngày. <u>Nhưng</u>, em vẫn chưa đọc được truyện tranh bằng tiếng Nhật. Rất khó. Khi nào em mới <u>có thể đọc</u> được truyện tranh? Cô ơi, chỉ cho em với.

(2) Bài văn của Lucia-san

Chị của em đang làm việc tại công ty của Nhật. Khi đi du lịch, lúc nào chị cũng <u>mua quà về</u>. Quà đó là bánh. Trong hộp có khoảng 30 cái nhỏ. Và chị <u>(tặng)</u> <u>cho</u> người của công ty. Vì người của công ty cũng khoảng 30 người nên rất tiện lợi. Tôi nghĩ rằng quà của Nhật rất tuyệt.

"Hôm qua (đã) rất vui."

→昨日は「日曜日」だった。今日は月曜日。

Yesterday was Sunday, so today is Monday.／Hôm qua là chủ nhật. Hôm nay là thứ hai.

28　答え　1

📖 8月1日から31日まで国に帰る学生は、帰る前に申し込まなければならない。

Students planning to go back to their countries from August 1 to 31 have to apply before leaving.／Sinh viên về nước từ ngày 1 đến ngày 31 tháng 8 phải đăng ký trước khi về.

29　答え　4

🔊「それを今すぐに、社員のみんなにメールで知らせてください。」

"Please email that information to everyone <u>right away</u>."／"Hãy thông báo cho mọi nhân viên biết việc đó <u>ngay bây giờ</u>."

問題5（内容理解（中文）

Comprehension (Mid-size passages)

Hiểu nội dung (đoạn văn vừa))

【要約 Summary／tóm tắt】

私とホームステイ先のお父さんは、テニスをするために公園へ行きました。でもバッグの中に、テニスの道具はありませんでした。お父さんは間違えて、サッカーのボールを持っていきました。ですから、お父さんと私は、公園でサッカーをしました。お父さんは、私はサッカーがとても上手だと言いました。

My host father and I went to the park to play tennis. However, the bag he brought didn't have the tennis gear in it. My host father had mistakenly brought a soccer ball instead. So, we played soccer at the park. My host father said I was very good at soccer.／Tôi và người bố nơi tôi đang ở homestay đi đến công viên để chơi quần vợt.. Nhưng trong túi xách không có dụng cụ quần vợt. Bố đã đem nhầm trái bóng của bóng đá. Vì vậy, bố và tôi đã chơi bóng đá tại công viên. Bố đã nói tôi chơi bóng đá rất giỏi.

30	答え	2

31	答え	1

問題6（情報検索 Information retrieval／Tìm kiếm thông tin）

32	答え	1

ボブさんは光町大学の学生です。英語の学校で子供に英語を教えたいです。土曜日にできます。他の曜日はできません。それから、光町の学校ではできますが、その他ではできません。アルバイトでもらうお金は高いほうがいいです。どこが一番いいですか。

Bob-san is a student at Hikarimachi University. He wants to teach English to children at an English academy. He can do that on Saturdays, but not other days. Also, he can teach at schools in Hikarimachi, but not other places. He prefers a job that pays a high wage. Which school best matches his requirements?／Bob là sinh viên đại học thị trấn Hikari. Anh ấy muốn dạy tiếng Anh cho trẻ em ở trường tiếng Anh. Có thể dạy vào thứ bảy. Các thứ khác thì không được. Và trường ở thị trấn Hikari thì được, nơi khác thì không được. Tiền nhận từ công việc làm thêm nhiều thì tốt hơn. Ở đâu là tốt nhất?

学校の名前	場所	アルバイトのお金と曜日
① グローバル学院	光町	★ 1時間 1100円 ★ 土曜日に　おねがいします
② がんばるクラブ	村田町	★ 1時間　1200円 ★ 何曜日でも　いいです
③ フラワー・スクール	光町	★ 1時間 1050円 ★ 土曜日か　日曜日に　おねがいします
④ 10歳あつまれ <てんさい>	光町	★ 1時間　980円 ★ 火曜日・木曜日・日曜日の3日間　おねがいします

聴解 Listening／Nghe

♪ 理解のポイント Comprehension strategies／Điểm quan trọng để hiểu
💡 ヒントになる言葉 Words that serve as clues／Từ trở thành gợi ý
♥ 役立つ言葉 Handy expressions／Những từ có ích

問題1（課題理解 Task-based comprehension／Hiểu vấn đề）

例　♪ BPT_N5_1_04

日本語学校で先生と男の学生が話しています。男の学生は明日何時に学校に来ますか。

F：ジョンさん、明日、スピーチの練習をします。朝、いいですか。

M：はい、大丈夫です。何時に始めますか。

F：そうですねえ。8時半か9時はどうですか。授業は9時半からですから。

M：わかりました。たくさん練習したいですから、8時半に来ます。

F：はい、では、明日。がんばりましょう。

男の学生は明日何時に学校に来ますか。

答え　2

1番　♪ BPT_N5_1_05

学校で女の人と男の人が話しています。女の人はどこへ行きますか。

F：すみません。山下先生の部屋はどこですか。

M：この廊下をまっすぐ、つきあたりまで行ってください。

F：はい。

M：そこを左に曲がってください。すぐ右側にコンピューター室があります。その向こうが、山下先生の部屋です。

F：コンピューター室の向こうですね。わかりました。

女の人はどこへ行きますか。

答え　4

この廊下をまっすぐ、つきあたりまで行ってください。Go down this hall all the way to the end.／Hãy đi thẳng hành lang này cho đến góc cuối.

左に曲がってください。Turn left.／Hãy rẽ (quẹo) trái.

すぐ右側にコンピューター室があります。A computer lab will be immediately on the right.／Ngay bên phải có phòng máy tính.

その向こうが、山下先生の部屋です。Mr. Yamashita's office is just past it.／Đối diện đó là phòng của thầy / cô Yamashita.

♪「左」と「右」に注意。Pay close attention to 左 and 右.／Lưu ý "左" và "右".
💡まっすぐ行く　つきあたり　左／右に曲がる　〜の向こう

2番 ♫ BPT_N5_1_06

> デパートで男の人と店員が話しています。男の人はどれを買いますか。
>
> Ｍ：すみません、そのＴシャツ、お願いします。
>
> Ｆ：はい、星のデザインのですか、ハートのですか。
>
> Ｍ：星のほうです。
>
> Ｆ：はい。サイズは、どうでしょう。Ｌ、Ｍ、Ｓがあります。
>
> Ｍ：そうですね。じゃあ、<u>Ｍをください</u>。
>
> Ｆ：はい、これですね。
>
> 男の人はどれを買いますか。

答え　4

星のデザインのですか、ハートのですか。Would you like the one with stars, or the one with hearts.／Cái có mẫu ngôi sao hay trái tim ạ?

星のほうです。The one with a star.／Cái (mẫu) ngôi sao.

💗洋服のサイズ Clothing sizes／kích cỡ áo quần：L＝大 large／Lớn　Ｍ＝中 medium／Trung　Ｓ＝小 small／Nhỏ

3番 ♫ BPT_N5_1_07

> 学校で先生が話しています。学生は、何日にレポートを取りに行きますか。
>
> Ｆ：皆さん、レポートを出しましたね。私がチェックをして返します。チェックは３日かかります。今日は火曜日、４日ですね。ですから、<u>６日までかかります</u>。皆さんは、その次の日に、レポートを取りに来てください。
>
> 学生は、何日にレポートを取りに行きますか。

答え　4

私がチェックをして返します。I'll return them to you after checking them.／Cô sẽ kiểm tra và trả lại.

チェックは３日かかります。It will take three days to check them.／Mất 3 ngày để kiểm tra.

（チェックは）６日までかかります。It will take until the 6th.／Sẽ mất thời gian đến ngày 6.

その次の日に、レポートを取りに来てください。Come to get your report on the following day.／Ngày tiếp theo đó, các em hãy đến lấy bài báo cáo.

♪日にちがたくさんあるが、「６日までかかります」が一番大切。Various days and dates are mentioned, but the most important part is ６日までかかります.／Tuy có nhiều ngày nhưng quan trọng nhất là "６日までかかります".

💡…は〜日かかります　〜日までかかります

4番 ♬ BPT_N5_1_08

会社で男の人と女の人が話しています。男の人は何を買いますか。

M：今からおにぎりを買いにコンビニに行きます。何か買ってきましょうか。

F：あ、コンビニですか。じゃ、すみませんが、サンドイッチを買ってきてください。

M：わかりました。

F：あ、それから、ティッシュペーパーを1箱、お願いします。

M：はい、じゃあ行ってきます。

男の人は何を買いますか。

答え　3

おにぎりを買いにコンビニに行きます。何か買ってきましょうか。I'm going to a convenience store to buy some *onigiri*. Do you want me to buy you something?／Tôi sẽ đi cửa hàng tiện lợi để mua cơm nắm. Tôi mua cái gì đó về cho chị nhé.

サンドイッチを買ってきてください。Please get me a sandwich.／Anh mua giùm tôi bánh mì xăng-uých.

ティッシュペーパーを1箱、お願いします。Please get me a box of tissue paper.／Nhờ anh mua giùm hộp khăn giấy.

🔊 おにぎり　サンドイッチ　ティッシュペーパー

5番 ♬ BPT_N5_1_09

病院で、受付の女の人と男の人が話しています。男の人は再来週、何曜日に来ますか。

F：大田さん、次は、再来週来てください。

M：はい。何曜日ですか。えー、私は、月曜、水曜、金曜がいいですが。

F：はい、えーと、水曜日はもう予約がいっぱいですね。月曜か金曜ですが…、早いほうがいいですから…。

M：あ、じゃあ月曜日ですね。わかりました。

F：はい、では、お待ちしています。

男の人は再来週、何曜日に来ますか。

答え　1

再来週来てください。Please come the week after next.／Tuần sau nữa hãy đến.

水曜日はもう予約がいっぱいですね。The schedule is already filled for Wednesday.／Thứ tư lịch hẹn đã kín hết rồi.

月曜か金曜ですが…、早いほうがいいですから…。So Monday or Friday.... It's better that you come again soon.／Thứ hai hoặc thứ sáu nhưng mà… nên sớm thì hơn nhỉ.

🎵 曜日がたくさんあるが、最後に「月曜日ですね」と言っている。Several days are mentioned, but the key part is 月曜日ですね at the end.／Có nhiều thứ nhưng cuối cùng nói "月曜日ですね".

🔊 ～は予約がいっぱい：～はもう予約ができない

　　月曜か金曜、早いほうがいい：早いほう＝月曜日

日本語学校で先生が話しています。来週は何ページから勉強しますか。来週です。

M：明日は金曜日です。6課のテストをします。教科書の32ページから38ページですね。

今日は今から復習します。そして来週は、7課を勉強します。40ページからです。

46ページまでありますね。うちで、教科書を読んできてください。

来週は何ページから勉強しますか。

答え　3

6課のテストをします。教科書の32ページから38ページですね。We will have a test on Unit 6. That's pages 32 to 38 in the textbook, right?／Sẽ kiểm tra bài 6. Từ trang 32 đến trang 38 trong sách giáo khoa.

来週は7課を勉強します。40ページからです。46ページまでありますね。Next week, we'll study Unit 7. That starts on page 40 and goes to page 46.／Tuần tới sẽ học bài 7. Từ trang 40. Đến trang 46.

♪ 数字がたくさんあるが、「40ページから」が一番大切。Various page numbers are mentioned, but the key part is 40ページから.／Có nhiều con số nhưng quan trọng nhất là "40ページから".

👤 「来週は…40ページからです」というところを聞き取ろう。Be sure not to miss the part 来週は…40ページからです.／Hãy nghe chỗ nói "来週は…40ページからです".

💟 ～から from～／từ ~　　～まで to ～／đến ~

会社で男の人と女の人が話しています。男の人は明日、何を持ってきますか。男の人です。

M：明日、山中さんの誕生日ですね。何をあげますか。

F：私は、ケーキを作って、持ってきます。みんなで食べましょう。

M：いいですね。じゃあ私は、花を買ってきましょうか。

F：そうですね。それから、飲み物を買ってきてください。

M：はい。コーヒーですか。

F：えーと、コーヒーはいいです。ここにたくさんありますから。ペットボトルのお茶を
　　お願いします。

M：わかりました。

男の人は明日、何を持ってきますか。

答え　1

花を買ってきましょうか。Shall I buy some flowers?／Tôi mua hoa đến nhé.

飲み物を買ってきてください。Please buy something to drink.／Anh hãy mua nước uống đến.

コーヒーはいいです。We don't need coffee.／Cà phê thì khỏi.

♪ 質問で「男の人」と言っていることに注意しよう。Note that the question is about the man.／Hãy lưu ý việc câu hỏi hỏi về "男の人".

👤 コーヒーはいいです：この「～はいいです」は「～はいりません／必要ありません」という意味。In

cases like this, ～はいいです is used to mean that ～ is unnecessary.／"～はいいです" này có nghĩa là "～ thì không cần / không cần thiết".　例 店の人「紅茶はどうですか。」―客「紅茶はいいです。」

問題2（ポイント理解 Point comprehension／Hiểu điểm quan trọng）

例 ♫ BPT_N5_1_13

男の人と女の人が話しています。男の人の誕生日はいつですか。男の人です。

M：絵理子さん、誕生日はいつですか。

F：私は、9月24日です。ダンさんは、いつですか。

M：私は、7月7日です。

F：あ、じゃあ、もうすぐですね。みんなでパーティーをしましょう。

M：ありがとうございます。

男の人の誕生日はいつですか。

答え　4

1番 ♫ BPT_N5_1_14

会社で女の人と男の人が話しています。女の人はお弁当に何を入れましたか。

F：今日は、お弁当を作って、持ってきました。

M：そうですか。何を入れましたか。

F：ご飯と、からあげと…。

M：野菜も入れましたか。

F：ええ、サラダを入れました。

M：おいしそうですね。

F：卵を入れたかったです。でも、うちにありませんでしたから。

女の人はお弁当に何を入れましたか。

答え　1

（お弁当に）何を入れましたか。What did you put in the *bento*?／Chị đã cho cái gì vào (cơm hộp)?

ご飯と、からあげと…。サラダを入れました。I put rice, fried chicken, and a salad in it.／Cơm, với gà tẩm bột chiên ... Đã cho rau trộn vào.

卵を入れたかったです。でも、うちにありませんでしたから。I wanted to include an egg, but I didn't have any at home.／Tôi muốn cho trứng vào. Nhưng vì ở nhà không còn.

❤からあげ

男の人と女の人が話しています。男の人は、何人でダンスをしますか。

F：ケンさん。明日、学校のパーティーで、ケンさんの国のダンスをしますね。トムさん
　　とベンさんと3人で踊りますか。

M：いいえ、トムさんと2人です。ベンさんは風邪を引いてしまいましたから。他の友達
　　を1人誘いましたが、来られないと言っていました。

F：そうですか。

男の人は、何人でダンスをしますか。

答え　2

男の人は、何人でダンスをしますか。How many people will be in the man's dance group?／Mấy người đàn ông sẽ cùng nhảy?

トムさんとベンさんと3人で踊りますか。Will you dance in a group of three with Tom-san and Ben-san?／Anh nhảy 3 người cùng Tom-san, Ben-san à?

他の友達を1人誘いましたが、来られないと言っていました。I invited another friend, but he said he can't come.／Tôi đã rủ 1 người bạn khác nhưng anh ấy nói không đến được.

♪ 3人だったが1人風邪を引いてしまったから2人で踊る。The original plan was for three people to dance, but since one of them caught a cold, only two will dance.／Đã là 3 người nhưng vì 1 người bị cảm nên 2 người nhảy.

♥ 〜人で：何かをする時の人数を表す Expresses the number of people who will engage in a certain activity.／Diễn đạt số người khi làm cái gì đó　例 友達と2人で日本に来ました。(Lit.,) I came to Japan with a friend as a group of two.／Tôi và bạn tôi, 2 người chúng tôi đã đến Nhật.

学校で男の留学生と女の留学生が話しています。女の留学生は何で勉強していますか。女の留学生です。

M：リンさんは言葉をたくさん知っていますね。どうやって勉強していますか。

F：私は、辞書をいつもよく見ています。

M：私も、スマートフォンの辞書をよく使いますよ。

F：そういう辞書じゃなくて、紙の辞書です。たくさん言葉が覚えられますよ。

M：そうですか。覚える時、その言葉をノートに書きますか。

F：いいえ、声に出して何度も読みます。言葉を、音で覚えたいですから。

M：ああ、音で覚えますか。じゃあ、ラジオ、聞いていますか。インターネットで。

F：聞きたいですが、今はあまり聞いていません。とても難しいですから。

女の留学生は何で勉強していますか。

答え　2

女の留学生は何で勉強していますか。What does the female international student use to study?／Nữ du học sinh

学んでいる bằng cái gì?

どうやって勉強していますか。How do you study?／Học bằng cách nào?

そういう辞書じゃなくて、紙の辞書です。Not that kind of dictionary, a paper dictionary.／Không phải từ điển như thế, mà là từ điển giấy.

声に出して何度も読みます。I read them aloud over and over.／Đọc thành tiếng nhiều lần.

💡 スマートフォンの辞書 dictionary (app) on a smartphone／từ điển điện thoại thông minh

　　紙の辞書 paper/printed dictionary／từ điển giấy

♥ Aじゃなくて、B　B, not A／không phải A mà là B

4番　♫ BPT_N5_1_17

男の人と女の人が話しています。2人は明日、一緒に何をしますか。

M：明日、どこか行きませんか。

F：ええ、行きましょう。映画はどうですか。

M：映画もいいですけど…。動物園へ行きませんか。明日は晴れると思いますから。

F：ああ、そうですね。外を歩くのは気持ちがいいですね。

M：何時ごろがいいですか。

F：そうですねえ。明日は、朝、姉の子供にご飯を作ります。それから、12時まで一緒に遊びます。

M：そうですか。じゃあ、1時ごろはどうですか。

F：わかりました。じゃあ、明日。

2人は明日、一緒に何をしますか。

答え　3

映画もいいですけど…。動物園へ行きませんか。A movie would be nice, but what about going to the zoo?／Phim cũng được nhưng... Hay đi sở thú không?

姉の子供にご飯を作ります。それから、12時まで一緒に遊びます。I'll make breakfast for my sister's kid. After that, I'll play with him until noon.／Nấu cơm cho con của chị tôi. Sau đó, cùng chơi đến 12 giờ.

♪ 誰と誰が何をするか、メモを取りながらよく聞こう。As you listen carefully, take notes on who will do what together.／Hãy vừa nghe kỹ vừa viết ghi chú lại xem ai và ai làm cái gì.

　男の人と女の人が一緒にすること：「映画」か「動物園に行く」Things the man and woman might do together: See a movie or go to the zoo／Việc mà người đàn ông và người phụ nữ cùng làm: đi "xem phim" hoặc "sở thú"

　女の人と姉の子供が一緒にすること：「ご飯を作る」と「遊ぶ」Things the woman and her sister's child will do together: Make breakfast and play／Việc người phụ nữ và con của người chị cùng làm: "nấu cơm" và "chơi"

💡 女の人が「そうですね、外を歩くのは気持ちがいいですね」と、「動物園」に賛成している。The woman indicates that she agrees with the zoo suggestion when she says that it would feel nice to walk around outside.／Người phụ nữ tán thành đi sở thú khi nói "Ừ nhỉ, đi bộ bên ngoài cảm giác thoải mái nhỉ".

♥ 〜もいいですけど：〜ではなく別のものを言いたい時に使う。Used to suggest an alternative to 〜.／Sử dụng khi muốn nói cái khác chứ không phải 〜.

5番 ♫ BPT_N5_1_18

にほんごがっこうで先生と女の留学生が話しています。女の留学生は、全部で何か月日本語を勉強していますか。

M：レイさんは、いつ日本に来ましたか。

F：今年の3月に来ました。6か月、日本にいます。

M：そうですか。国で日本語を勉強しましたか。

F：はい、でも少しです。2か月勉強しました。

M：そうですか。じゃあ<u>8か月</u>、日本語を勉強していますね。

F：はい。もっとたくさん勉強したいです。これから1年ぐらい、勉強したいと思っています。

女の留学生は、全部で何か月日本語を勉強していますか。

答え　3

女の留学生は、全部で何か月日本語を勉強していますか。In total, how many months has the female international student studied Japanese?／Nữ du học sinh học tiếng Nhật tổng cộng mấy tháng?

今年の3月に（日本に）来ました。6か月、日本にいます。I came here (Japan) in March of this year. I've been in Japan for six months.／Đã đến (Nhật) vào tháng 3 năm nay. Ở Nhật 6 tháng.

（国で）2か月（日本語を）勉強しました。I studied (Japanese) for two months.／Đã học (tiếng Nhật) 2 tháng (ở nước của mình).

8か月、日本語を勉強していますね。You've studied Japanese for eight months, right?／Học tiếng Nhật được 8 tháng nhỉ.

♪「～月」と「～か月」に注意しよう Be careful not to confuse ～月 and ～か月.／Hãy lưu ý "～月" và "～か月".

　～月：1月、2月、…12月

　～か月：1年＝12か月、2年＝24か月

6番 ♫ BPT_N5_1_19

留守番電話を聞いています。明日、何時にクラスが始まりますか。

F：あ、もしもし、山下さん、中田です。明日の英語のクラスですが、時間が変わりました。9時からと言っていましたが、<u>10時になりました</u>。一緒に行きませんか。9時半の電車に乗りましょう。クラスは12時までです。それから、一緒にご飯を食べましょう。

明日、何時にクラスが始まりますか。

答え　3

明日の英語のクラスですが、時間が変わりました。The time of tomorrow's English class has changed.／Lớp tiếng Anh ngày mai đã thay đổi thời gian.

9時からと言っていましたが、10時になりました。They said it would start at 9 o'clock, but it's been changed to ten.／Nói là từ 9 giờ nhưng đã đổi thành 10 giờ.

💡 Aと言っていましたが、Bになりました。：予定がAからBに変わった。The schedule/plan has changed from A to B.／Dự định đã thay đổi từ A thành B.

問題3（発話表現 Utterance expressions／Diễn đạt bằng lời）

例 🎵 BPT_N5_1_22

コーヒーが飲みたいです。何と言いますか。

M：1. コーヒー、お願いします。

　　2. コーヒー、いかがですか。

　　3. コーヒーも好きです。

答え　1

1番 🎵 BPT_N5_1_23

前の人が消しゴムを落としました。何と言いますか。The person in front of you dropped an eraser.

What do you say?／Người phía trước làm rơi cục tẩy. Bạn sẽ nói gì?

F：1. あの、消しゴムが落ちましたよ。Hey, you dropped your eraser.／Này, cục tẩy rơi kìa.

　　2. あの、消しゴムを拾いましたよ。Hey, I picked up an eraser.／Này, tôi đã nhặt cục tẩy đấy.

　　3. あの、消しゴムを見ましたよ。Hey, I saw an eraser.／Này, tôi đã thấy cục tẩy đấy.

答え　1

💡 （人が）〜を落とす：他動詞 transitive verb／tha động từ

　〜が落ちる：自動詞 intransitive verb／tự động từ

♥ 〜が＋自動詞　例 本が汚れました。The book has gotten dirty.／Quyển sách bị bẩn.　コップが割れました。The cup broke.／Cái cốc bị vỡ.

2番 🎵 BPT_N5_1_24

電車が込んでいます。この駅で降りたいです。何と言いますか。The train is packed. You want to get

off at this stop. What do you say?／Tàu điện đông người. Bạn muốn xuống ga này. Bạn sẽ nói gì?

M：1. すみません、乗りましょう。Excuse me, let's get on.／Xin lỗi, lên tàu thôi.

　　2. すみません、降ります。Excuse me, I'm getting off.／Xin lỗi, tôi xuống tàu.

　　3. すみません、私の駅です。Excuse me, this is my station.／Xin lỗi, là ga của tôi.

答え　2

💡 〜ます：この会話では、自分が今しようとしていることを表している。Here, this indicates what the speaker intends to do now.／Đoạn hội thoại này thể hiện việc bản thân định làm bây giờ.　例 今行きます。I'm coming.／Bây giờ tôi sẽ đi.　もう帰ります。I'm going home now.／Tôi về thôi.

隣の人が見ている写真を見たいです。何と言いますか。You want to look at the photo the person next to you is viewing. What do you say?／Bạn muốn xem bức ảnh mà người bên cạnh đang xem. Bạn sẽ nói gì?

F：1. その写真、見てください。Please look at that photo.／Hãy nhìn bức ảnh đó.

2. その写真、見せてもいいですか。May I show that photo (to someone)?／Cho xem bức ảnh đó cũng được chứ?

3. その写真、見せてください。Please let me see that photo.／Hãy cho tôi xem bức ảnh đó.

答え　3

💡私が〜をAに見せる I let A see 〜.／Tôi cho A xem 〜.（〜を見る人＝A）

10円玉がほしいです。友達に何と言いますか。You need a 10-yen coin. What do you say to your friend?／Bạn muốn có đồng 10 yên. Bạn nói gì với bạn của mình?

M：1. 10円、ありますか。Do you have 10 yen?／Bạn có 10 yên không?

2. 10円、貸しますか。Do you want me to lend you 10 yen?／Cho mượn 10 yên không?

3. 10円、借りますか。Will you borrow 10 yen?／Mượn 10 yên không?

答え　1

💡あります＝持っています have (in one's possession)／có　例「腕時計、ありますか。」「スマホはありますが、腕時計はありません。」"Do you have a watch?" "I have a smartphone, but not a watch."／"Bạn có đồng hồ đeo tay không?" "Điện thoại thông minh thì có, nhưng đồng hồ đeo tay thì không."

部屋に入ります。何と言いますか。You are entering a conference room. What do you say?／Bạn vào phòng. Bạn sẽ nói gì?

F：1. 失礼です。That's rude of you.／Là sự thất lễ.

2. 失礼します。May I come in?／Tôi xin thất lễ. (Tôi xin phép).

3. 失礼しました。I'm sorry to have interrupted you.／Tôi đã thất lễ.

答え　2

💡失礼します：部屋に入る時によく使う。また、部屋を出る時にも使う。Often used when entering someone's room. Also used when leaving a room.／Thường sử dụng khi vào phòng. Hoặc cũng sử dụng khi rời khỏi phòng.

問題4（即時応答 Quick response／Trả lời nhanh）

例 ♫ BPT_N5_1_29

> M：メアリーさん、誰と住んでいますか。
> F：1．1年ぐらいです。
> 　　2．駅の近くです。
> 　　3．友達とです。

答え　3

1番 ♫ BPT_N5_1_30

> F：オンさん、日本にどのぐらいいますか。How long have you been in Japan, Ong-san?／Anh Ong, ở Nhật khoảng bao lâu?
> M：1．1月です。It's January.／Tháng 1.
> 　　2．1か月です。For one month.／1 tháng.
> 　　3．先月です。It was last month.／Tháng trước.

答え　2

♫ 「～月」と「～か月」に注意しよう。Be careful not to confuse ～月 and ～か月.／Hãy lưu ý "～月" và "～か月".
　～月：1月、2月、…12月
　～か月：1年＝12か月、2年＝24か月

2番 ♫ BPT_N5_1_31

> M：コーヒー、もう一杯いかがですか。How about another cup of coffee?／Chị uống thêm 1 cốc cà phê nhé.
> F：1．もう結構です。ありがとうございます。I've had enough, thank you.／Thôi được rồi ạ. Cảm ơn.
> 　　2．いいえ、どういたしまして。No, you're welcome.／Không, không có chi.
> 　　3．はい、200円です。Yes, it's 200 yen.／Vâng, 200 yên.

答え　1

💡 いかがですか ⇒ はい、いただきます Yes, please.／Vâng, tôi xin phép dùng ạ.
　　　　　　　 ⇒ いいえ、けっこうです No, thank you.／Không, đủ rồi ạ.

3番 ♫ BPT_N5_1_32

F：高山さん、何で会社に来ていますか。How do you come to work, Takayama-san?／Anh Takayama đến công ty bằng gì vậy?

M：1．50分ぐらいです。Around 50 minutes.／Khoảng 50 phút.
2．8時間です。Eight hours.／8 tiếng.
3．電車です。By train.／Tàu điện.

答え　3

💡何で＝何を使って：方法、手段、道具を聞く。Used to ask the method, means, or instruments used to perform something.／Hỏi phương pháp, phương tiện, dụng cụ.　例「何で食べますか。」「箸で食べます。」"What do you eat with?" "I use chopsticks."／"Ăn bằng gì?" "Ăn bằng đũa".

何で：方法、手段、道具の他に、理由を聞く時にも使える。In addition to asking about the method, means, or instruments of something, this can also be used to ask the reason.／Cũng có thể sử dụng khi hỏi lý do bên cạnh hỏi phương pháp, phương tiện, dụng cụ.

4番 ♫ BPT_N5_1_33

M：昨日、どうして学校を休みましたか。Why did you take off school yesterday?／Hôm qua tại sao bạn nghỉ học vậy?

F：1．とても楽しいです。It's lots of fun.／Tôi rất vui.
2．風邪を引いたからです。Because I had a cold.／Vì tôi bị cảm.
3．すぐうちに帰ります。I'll go home right away.／Tôi sẽ về nhà ngay.

答え　2

💡どうして／なぜ／何で：理由を聞く Expressions for asking the reason for something／hỏi lý do
〜からです：理由を答える時の言い方 Used to state a reason in response to a question／Cách nói khi trả lời lý do.

5番 ♫ BPT_N5_1_34

F：私、教室でいつも窓の近くの席に座ります。ピーターさんは？ I always sit near the window in class. How about you, Peter-san?／Tôi lúc nào cũng ngồi chỗ gần cửa sổ trong lớp học. Còn anh Peter?

M：1．私のうちは、遠いです。My home is far away.／Nhà của tôi xa.
2．私は、座るほうが好きです。I prefer to sit.／Tôi thích ngồi hơn.
3．私は、一番前です。I sit in the front.／Tôi thì trên cùng.

答え　3

💡私は一番前です＝私は一番前に座ります I sit in the front.／Tôi ngồi trên cùng.

6番 ♬ BPT_N5_1_35

> M：朝ご飯、何か食べましたか。Did you eat something for breakfast?／Bữa sáng, bạn có ăn cái gì không?
>
> F：1．いいえ、何も食べていません。No, I haven't eaten anything.／Không, tôi không ăn gì cả.
> 　　2．何を食べましたか。What did you eat?／Đã ăn cái gì?
> 　　3．はい、何を食べましょうか。Yes, what shall we eat?／Vâng, ăn cái gì nào?

答え　1

💡何か食べましたか：食べたか食べなかったかを聞いている。「何が」ではない。The question is about whether or not the person has eaten. The man doesn't say 何が.／Hỏi đã có ăn hay không. Không phải "何が".

何も食べていません：～も…ません not ... any ~／Không ... ~ cả.　例 誰もいません。 Nobody's here.／Không có ai cả.　どこにもいません。 She's nowhere to be found.／Ở đâu cũng không có.

採点表 Scoresheet／Bảng tính điểm　N5 第1回

得点区分別得点 Scores by scoring section／Tính điểm theo từng phần riêng

言語知識（文字・語彙）Language Knowledge (Vocabulary)／Kiến thức Ngôn ngữ (Từ vựng)

大問 Question Câu hỏi lớn	配点 Points Thang điểm	正解数 Correct Số câu đúng	得点 score Số điểm đạt được
問題1	1点×12問		/12
問題2	1点×8問		/8
問題3	1点×10問		/10
問題4	2点×5問		/10

言語知識（文法）・読解 Language Knowledge (Grammar)・Reading／Kiến thức Ngôn ngữ (Ngữ pháp)-Đọc hiểu

大問 Question Câu hỏi lớn	配点 Points Thang điểm	正解数 Correct Số câu đúng	得点 score Số điểm đạt được
問題1	1点×16問		/16
問題2	3点×5問		/15
問題3	4点×5問		/20
問題4	4点×3問		/12
問題5	6点×2問		/12
問題6	5点×1問		/5

言語知識（文字・語彙・文法）・読解　合計	/120

目標点：44点　　基準点：38点

聴解 Listening／Nghe

大問 Question Câu hỏi lớn	配点 Points Thang điểm	正解数 Correct Số câu đúng	得点 score Số điểm đạt được
問題1	3点×7問		/21
問題2	3点×6問		/18
問題3	1.8点×5問		/9
問題4	2点×6問		/12

聴解　合計	/60

目標点：22点　　基準点：19点

総合得点 Total score／Tổng số điểm đạt được

第1回の目標点：80点　　合格点：80点

【公表されている基準点と合格点 The official sectional passing score and total passing score／Điểm chuẩn và điểm đậu được công bố】

※「基準点」は合格に必要な各科目の最低得点です。合計点が「合格点」の80点以上でも、各科目の点が一つでもこれを下回ると不合格になります。　基準点 (sectional passing score) is the minimum score required for passing a particular section. Examinees must achieve or exceed the sectional passing score for all sections to pass the JLPT.／"Điểm chuẩn" là điểm tối thiểu cần đạt được ở các môn để đậu. Dù tổng số điểm là "điểm đậu" 80 điểm trở lên đi nữa mà điểm các môn có một môn dưới điểm chuẩn này thì không đậu.

※「配点」は公表されていません。この模擬試験独自の設定です。　The number of points awarded for each question is not officially announced. The points listed above are only for this practice test.／"Thang điểm" cho từng câu hỏi thi không được công bố. Đây là thiết lập riêng của bài thi thử này.

※「目標点」は、本試験に絶対合格するためにこの模擬試験で何点取るべきかを示したものです。通常は、本試験では模擬試験よりも低い点数になるので、公表されている基準点と合格点よりも高めに設定しています。また、総合得点の目標点は、回を重ねるごとに高くなっています。　目標点 (target scores) are the scores you need to get in this practice test to put yourself in position to pass the JLPT. The target scores have been set higher than the announced passing scores since scores in real tests tend to be lower than in practice tests. The target total score progressively rises for the three practice tests in this book.／"Điểm mục tiêu" là điểm thể hiện cần bao nhiêu điểm trong bài thi thử này để chắc chắn đậu kỳ thi thật. Thông thường, bài thi thật sẽ có điểm thấp hơn bài thi thử nên điểm mục tiêu này được đặt cao hơn một chút so với điểm chuẩn và điểm đậu được công bố. Ngoài ra, điểm mục tiêu trong tổng số điểm đạt được sẽ dần cao lên ở mỗi lần làm bài thi thử.

かいとうようし

N5 げんごちしき（もじ・ごい）

じゅけんばんごう
Examinee Registration
Number

なまえ
Name

〈ちゅうい Notes〉

1. くろいえんぴつ（HB、No.2）でかいてください。
   Use a black medium soft (HB or No.2) pencil.
   （ペンやボールペンではかかないでください。）
   (Do not use any kind of pen.)
2. かきなおすときは、けしゴムできれいにけして
   ください。
   Erase any unintended marks completely.
3. きたなくしたり、おったりしないでください。
   Do not soil or bend this sheet.
4. マークれい Marking Examples

よいれい Correct Example	わるいれい Incorrect Examples
●	⊘ ○ ◐ ○ ⊖ ◑ ⊙

もんだい 1

1	①	●	③	④
2	①	②	③	●
3	①	②	●	④
4	①	②	③	●
5	●	②	③	④
6	①	●	③	④
7	①	②	●	④
8	①	②	●	④
9	①	②	●	④
10	①	②	③	●
11	●	②	③	④
12	①	②	●	④

もんだい 2

13	①	②	③	●
14	①	②	③	●
15	●	②	③	④
16	●	②	③	④
17	●	②	③	④
18	●	②	③	④
19	①	②	③	●
20	①	●	③	④

もんだい 3

21	①	②	③	④
22	●	②	③	④
23	①	●	③	④
24	①	●	③	④
25	●	②	③	④
26	①	●	③	④
27	①	②	●	④
28	●	②	③	④
29	①	●	③	④
30	①	●	③	④

もんだい 4

31	●	②	③	④
32	●	②	③	④
33	①	②	●	④
34	①	②	●	④
35	①	●	③	④

かいとうようし

【 ベスト模試 第 1 回 】

N5 げんごちしき（ぶんぽう）・どっかい

じゅけんばんごう
Examinee Registration Number

なまえ
Name

〈ちゅうい Notes〉

1. くろいえんぴつ（HB、No.2）でかいてください。
   Use a black medium soft (HB or No.2) pencil.
   （ペンやボールペンではかかないでください。）
   (Do not use any kind of pen.)
2. かきなおすときは、けしゴムできれいにけして
   ください。
   Erase any unintended marks completely.
3. きたなくしたり、おったりしないでください。
   Do not soil or bend this sheet.
4. マークれい Marking Examples

よいれい Correct Example	わるいれい Incorrect Examples
●	⊘ ◯ ◑ ◐ ⊗ ◍

もんだい 1

1	①	②	③	④
2	①	②	③	④
3	①	②	③	④
4	①	②	③	④
5	①	②	③	④
6	①	②	③	④
7	①	②	③	④
8	①	②	③	④
9	①	②	③	④
10	①	②	③	④
11	①	②	③	④
12	①	②	③	④
13	①	②	③	④
14	①	②	③	④
15	①	②	③	④
16	①	②	③	④

もんだい 2

17	①	②	③	④
18	①	②	③	④
19	①	②	③	④
20	①	②	③	④
21	①	②	③	④

もんだい 3

22	①	②	③	④
23	①	②	③	④
24	①	②	③	④
25	①	②	③	④
26	①	②	③	④

もんだい 4

27	①	②	③	④
28	①	②	③	④
29	①	②	③	④

もんだい 5

30	①	②	③	④
31	①	②	③	④

もんだい 6

32	①	②	③	④

【ベスト模試 第1回】

かいとうようし

N5 ちょうかい

じゅけんばんごう
Examinee Registration Number

なまえ
Name

〈ちゅうい Notes〉

1. くろいえんぴつ(HB、No.2)でかいてください。
   Use a black medium soft (HB or No.2) pencil.
   (ペンやボールペンではかかないでください。)
   (Do not use any kind of pen.)
2. かきなおすときは、けしゴムできれいにけして
   ください。
   Erase any unintended marks completely.
3. きたなくしたり、おったりしないでください。
   Do not soil or bend this sheet.
4. マークれい Marking Examples

よいれい Correct Example	わるいれい Incorrect Examples
●	⊘ ⊗ ◯ ◑ ⊜ ⊖ ⊙ ⊘

もんだい1

れい	①	●	③	④
1	①	②	③	●
2	①	②	③	●
3	①	②	●	④
4	●	②	③	④
5	①	②	●	④
6	●	②	③	④
7	①	●	③	④

もんだい2

れい	①	●	③	④
1	●	②	③	④
2	①	●	③	④
3	①	●	③	④
4	●	②	③	④
5	●	②	③	④
6	●	②	③	④

もんだい3

れい	●	②	③
1	●	②	③
2	①	●	③
3	①	●	③
4	●	②	③
5	①	●	③

もんだい4

れい	●	②	③
1	●	②	③
2	①	●	③
3	●	②	③
4	●	②	③
5	●	②	③
6	①	●	③

Ｎ５ 第２回 模擬試験
Ｎ５ Practice Test 2
Ｎ５ Bài thi thử lần 2

解答と解説
Answers and Comments
Đáp án và Giải thích

言語知識（文字・語彙）
Language Knowledge (Vocabulary)／Kiến thức Ngôn ngữ (Từ vựng)

問題1（漢字読み　*Kanji* reading／Đọc Kanji）

1　答え　2

西の空に星が見えます。I can see stars in the sky to the west.／Thấy được những vì sao ở bầu trời phía tây.

【西】セイ・サイ・にし　例 西洋 the West／tây dương

1　東 east／phía đông
3　北 north／phía bắc
4　南 south／phía nam

2　答え　3

あの白い家が私の家です。That white house is my home.／Căn nhà trắng kia là nhà của tôi.

【白】ハク・しろ・しろ-い
1　広い spacious／rộng ⇔ 狭い
2　遠い distant／xa ⇔ 近い
4　低い low／thấp ⇔ 高い

3　答え　4

夏に海へ行きました。I went to the ocean in summer.／Tôi đã đi biển vào mùa hè.

【海】カイ・うみ　例 海外 overseas／hải ngoại, nước ngoài　海岸 seashore／bờ biển
1　山 mountain／núi
2　川 river／sông
3　島 island／đảo

4　答え　1

父は今ソファで休んでいます。My father is resting on the sofa now.／Bây giờ cha tôi đang nghỉ ngơi ở ghế sô-pha.

辞 休む　【休】キュウ・やす-む
2　飲んで　辞 飲む drink／uống
3　並んで　辞 並ぶ be lined up／xếp hàng

4　喜んで　辞 喜ぶ be happy／vui mừng

5　答え　2

来週国へ帰ります。I will go back to my country next week.／Tuần sau, tôi sẽ về nước.

【来】ライ・く-る（き-ます／こ-ない）　例 来年 next year／năm sau　来月 next month／tháng sau
【週】シュウ　例 一週間 one week／1 tuần　今週 this week／tuần này　先週 last week／tuần trước　毎週 every week／hằng tuần

⚠ 「らいしゅう」：「う」がある

6　答え　3

りんごを五つ買いました。I bought five apples.／Tôi đã mua 5 quả táo.

⚠ 読み方 Reading／Cách đọc

一つ：ひとつ　二つ：ふたつ　三つ：みっつ　四つ：よっつ　五つ：いつつ　六つ：むっつ　七つ：ななつ　八つ：やっつ　九つ：ここのつ　十：とお

7　答え　4

狭い道を通ります。I will pass through a narrow street.／Tôi đi qua con đường hẹp.

【道】ドウ・みち　例 道路 road／đường sá　歩道 sidewalk／đường đi bộ　道具 tool／đạo cụ
1　土地 land／đất đai
2　庭 garden／vườn
3　橋 bridge／cây cầu

8　答え　1

今日の午後友達に会います。I'm going to get together with a friend this afternoon.／Chiều hôm nay, tôi sẽ gặp người bạn.

【午】ゴ　例 午前 morning／buổi sáng
【後】ゴ・コウ・のち・うし-ろ・あと・おく-れる

例 前後 around; before and after／trước sau　後半 second half／hiệp sau, nửa sau

⚠ 「ごご」：「う」がない

9 答え 3

机の上に何がありますか。What's <u>on</u> the desk?／Trên bàn có cái gì?

【上】ジョウ・うえ・かみ・あ-がる／あ-げる・のぼ-る

1 中 inside／trong

2 下 under／dưới

4 横 next to／bên cạnh

10 答え 2

店に人が<u>十人</u>います。There are <u>ten people</u> in the shop.／Có 10 người trong cửa tiệm.

【十】ジュウ・とお

【人】ジン・ニン・ひと

⚠ 読み方 Reading／Cách đọc

一人：ひとり　二人：ふたり　三人：さんにん
四人：よにん　九人：きゅうにん

11 答え 4

<u>外国</u>に行きたいです。I want to go to <u>another country</u>.／Tôi muốn đi nước ngoài.

【外】ガイ・そと　例 海外 overseas／hải ngoại, nước ngoài　外で遊ぶ play outside／chơi ở ngoài

【国】コク・くに　例 国へ帰る return to one's country／về nước

12 答え 1

この映画は<u>長い</u>です。This movie is <u>long</u>.／Bộ phim này dài.

【長】チョウ・なが-い ⇔ 短い　例 身長 body height／chiều cao　社長 company president／giám đốc

2 安い cheap／rẻ ⇔ 高い

3 楽しい fun／vui

4 新しい new／mới ⇔ 古い

問題2（表記 Orthography／Chính tả）

13 答え 3

子供たちが公園を<u>歩いて</u>います。The children are <u>walking</u> in the park.／Bọn trẻ đang đi bộ ở công viên.

辞 歩く【歩】ホ・ある-く・あゆ-む　例 歩道 sidewalk／đường đi bộ　散歩 (taking a) walk／dạo bộ

1【走】ソウ・はし-る　例 走る run／chạy

2【足】ソク・あし

4【促】ソク・うなが-す

⚠ 「歩」と「走」

14 答え 2

<u>パソコン</u>で仕事をします。I will do work on my <u>computer</u>.／Tôi làm việc bằng máy tính.

⚠ 「ソ(そ)・ン(ん)・ツ(つ)・シ(し)」

15 答え 1

本を<u>読んで</u>ください。Please <u>read</u> the book.／Hãy đọc sách.

辞 読む【読】ドク・よ-む　例 読書 reading／đọc sách　読解 reading comprehension／đọc hiểu

2【語】ゴ・かた-る　例 英語 English／tiếng Anh　中国語 Chinese／tiếng Trung　日本語 Japanese／tiếng Nhật

3【話】ワ・はな-す・はなし　例 会話 conversation／hội thoại　電話 phone／điện thoại

4【詞】シ　例 歌詞 lyrics／lời bài hát　動詞 verb／động từ

※この4つの漢字は、左側に「言」（「言う／話す」の意味）がある。All four of these kanji have 言 (meaning "say" or "speak") on their left side.／4 chữ Hán này có bộ thủ "言 (ngôn)" (nói / nói chuyện) ở bên trái.

16 答え 4

今日は<u>天気</u>がいいですね。The <u>weather</u> is nice today, isn't it?／Hôm nay thời tiết đẹp nhỉ.

【天】テン　例 天国 heaven／thiên đường

【気】キ　例 気持ち feeling／cảm giác, tâm trạng　空気 air／không khí　電気 electricity／điện

❗「天」と「夫」

1・2【木】モク・き

1・3【夫】フ・おっと

17　答え　2

昨日は<u>新聞</u>が来ませんでした。The <u>newspaper</u> didn't come yesterday.／Hôm qua, <u>báo</u> (đã) không đến.

【新】シン・あたら-しい　例 新年 new year／năm mới　新人 newcomer／người mới

【聞】ブン・モン・き-く　例 話を聞く listen to a talk／nghe chuyện

1・3【文】ブン・モン　例 文学 literature／văn học　文化 culture／văn hóa

3・4【親】シン・おや・した-しい　例 母親 mother／người mẹ, mẹ　父親 father／người cha, cha　両親 parents／cha mẹ　親切(な) kind／tử tế

18　答え　3

近くに<u>古い</u>アパートがあります。There's an <u>old</u> apartment building nearby.／Ở gần đây có căn hộ <u>cũ</u>.

【古】コ・ふる-い　例 古本 old/used book／sách cũ　古代 ancient／thời cổ đại

❗「古」と「苦」

1【由】ユ・ユウ　例 理由 reason／lý do

2【百】ヒャク　例 百人 100 people／bách nhân, trăm người

4【苦】ク・くる-しい・くる-しむ　例 苦労(する) toil／vất vả

19　答え　4

<u>友達</u>と一緒に学校へ行きます。I will go to school with a <u>friend</u>.／Tôi đi học với <u>bạn</u>.

【友】ユウ・とも　例 友人 friend／người bạn, bạn bè　親友 friend／bạn thân

❗「友」と「反」

1【支】シ・ささ-える　例 支社 branch office／chi nhánh công ty

2【反】ハン　例 反対(する) opposition／phản đối　反省(する) reflection／phản tỉnh, kiểm điểm

3【有】ユウ・あ-る ⇔ 無い　例 有料 paid／tốn

phí　有名(な) famous／nổi tiếng

20　答え　1

<u>時間</u>がありません。There's no <u>time</u>.／Tôi không có thời gian.

【時】ジ・とき　例 時代 era／thời đại

【間】カン・あいだ・ま　例 期間 period／khoảng thời gian　仲間 friends／bạn bè, đồng bọn

❗「間」と「問」

2・4【問】モン・と-う　例 問題 problem／vấn đề, câu hỏi　質問(する) question／câu hỏi

3・4【寺】ジ・てら　例 浅草寺 Senso-ji Temple／chùa Sensoji　清水寺 Kiyomizu-dera Temple／chùa Kiyomizudera

> **問題3（文脈規定　Contextually-defined expressions／Quy định ngữ cảnh）**

21　答え　2

（<u>スーパー</u>）で買い物をしましょう。Let's shop at the <u>supermarket</u>.／Hãy mua sắm ở <u>siêu thị</u>.

1　スプーン spoon／cái muỗng

3　スペース space／không gian

4　スポーツ sports／thể thao

22　答え　3

家から会社まで1時間（<u>かかります</u>）。It <u>takes</u> one hour to get to the office from my home.／Từ nhà đến công ty <u>mất</u> 1 tiếng.

辞 かかる take／mất, tốn

23　答え　1

本をたくさん入れましたから、かばんがとても（<u>重い</u>）です。My bag is really <u>heavy</u> because I filled it with lots of books.／Vì tôi đã cho nhiều sách vào nên cái túi xách rất <u>nặng</u>.

2　軽い light／nhẹ ⇔ 重い

3　弱い weak／yếu ⇔ 強い

4　高い high／cao, đắt ⇔ 低い

24 答え 4

優子さんはあまり話しません。(静か)な人です。
Yuko-san doesn't talk much. She's a quiet person./
Yuko-san hầu như không nói chuyện. Bạn ấy là người trầm lặng.

1 暇(な) (person) with time on their hands/rảnh rỗi, rảnh rang ⇔ 忙しい

2 不便(な) inconvenient/bất tiện ⇔ 便利(な)

3 にぎやか(な) lively/huyên náo, nhộn nhịp ⇔ 静か(な)

25 答え 3

汚れたシャツを(洗濯)しました。I washed some dirty shirts./Tôi đã giặt cái áo bị bẩn.

辞 洗濯する

1 予習する prepare (for a lesson)/học trước

2 質問する ask a question/hỏi, đặt câu hỏi

4 挨拶する greet/chào, chào hỏi

26 答え 2

友達の家に車が 3 (台) あります。My friend's family has three cars./Ở nhà người bạn có 3 chiếc xe ô tô.

~台 (counter for cars, machines, etc.)/~ chiếc

1 ~枚 (counter for thin, flat objects)/~ tờ, ~ tấm

3 ~回 ~ times/~ lần　 ~階 -st/-nd/-rd/-th floor/~ tầng, ~ lầu, tầng ~

4 ~個 (counter for objects)/~ cái

27 答え 1

漢字を(忘れました)。教えてください。I've forgotten kanji. Please teach me them./Tôi đã quên chữ Hán. Hãy chỉ cho tôi.

辞 忘れる

2 覚えました　辞 覚える memorize/nhớ

3 飲みました　辞 飲む drink/uống

4 知りました　辞 知る get to know/biết

28 答え 3

(暗い)ですね。電気をつけましょう。It's dark, isn't it? Let's turn on the lights./Tối nhỉ. Bật đèn lên nào.

1 狭い narrow/hẹp, chật ⇔ 広い

2 黒い black/đen

4 薄い thin/mỏng, nhạt ⇔ 厚い

29 答え 2

初めまして。(どうぞ)よろしくお願いします。
How do you do? Nice to meet you./Xin chào. Xin vui lòng giúp đỡ.

※初めて会った人への挨拶 Greeting used when meeting someone for the first time./Lời chào đối với người mới gặp lần đầu tiên.

どうぞ please/Vui lòng, xin：ていねいに頼んだり願ったりする時に使う。Used to make a request more polite./Sử dụng khi nhờ, mong mỏi một cách lịch sự.

例 どうぞ入ってください。Please come in./Xin mời vào.　どうぞお元気で。Please take care./Xin giữ gìn sức khỏe nhé.

1 どうも thanks; sorry/Cảm ơn, xin　例 どうもありがとうございます。Thank you very much./Xin cảm ơn ạ.　どうもすみません。I'm very sorry./Tôi xin lỗi.

30 答え 4

わからない言葉がありましたから、(辞書)を見ました。There was a word I didn't understand, so I looked at the dictionary./Vì có từ không hiểu nên tôi đã xem (tra) từ điển.

1 時計 clock/đồng hồ

2 机 desk/cái bàn

3 鉛筆 pencil/bút chì

問題4(言い換え類義
Paraphrases／Cụm từ thay thế)

31 答え 2

リーさんは妹が一人と弟が二人います。Lee-san has one (younger) sister and two (younger) brothers./

Lee-san có một người em gái và hai người em trai.

＝リーさんは<ruby>四人兄弟<rt>よにんきょうだい</rt></ruby>です。Lee-san has three siblings.／Lee-san có 4 anh chị em.

<ruby>兄弟<rt>きょうだい</rt></ruby> brother(s)/siblings／anh chị em　※「兄弟」は<ruby>姉<rt>あね</rt></ruby>や<ruby>妹<rt>いもうと</rt></ruby>も<ruby>含<rt>ふく</rt></ruby>む。「～<ruby>人兄弟<rt>にんきょうだい</rt></ruby>」は<ruby>本人<rt>ほんにん</rt></ruby>を<ruby>入<rt>い</rt></ruby>れた<ruby>数<rt>かず</rt></ruby>で<ruby>数<rt>かぞ</rt></ruby>える。兄弟 can mean either brothers or siblings (brothers and sisters). The number used in ～人兄弟 includes the speaker (or listener).／"兄弟" bao gồm cả chị và em gái. "～人兄弟" là đếm bằng con số đã tính cả người đó.

1　<ruby>三人兄弟<rt>さんにんきょうだい</rt></ruby> three brothers/siblings／3 anh chị em

3　<ruby>五人兄弟<rt>ごにんきょうだい</rt></ruby> five brothers/siblings／5 anh chị em

4　<ruby>兄弟<rt>きょうだい</rt></ruby>の<ruby>中<rt>なか</rt></ruby>で<ruby>一番若<rt>いちばんわか</rt></ruby>い youngest of the brothers/siblings／nhỏ nhất trong số anh chị em

---

32　答え　2

<ruby>今日<rt>きょう</rt></ruby>は<ruby>宿題<rt>しゅくだい</rt></ruby>が<ruby>少<rt>すく</rt></ruby>ないです。I have little homework today.／Hôm nay có ít bài tập về nhà.

＝<ruby>今日<rt>きょう</rt></ruby>は<ruby>宿題<rt>しゅくだい</rt></ruby>があまりありません。I don't have much homework today.／Hôm nay bài tập về nhà không nhiều lắm.

1　<ruby>今日<rt>きょう</rt></ruby>は<ruby>宿題<rt>しゅくだい</rt></ruby>がたくさんあります。I have lots of homework today.／Hôm nay có nhiều bài tập về nhà.

3　<ruby>今日<rt>きょう</rt></ruby>は<ruby>宿題<rt>しゅくだい</rt></ruby>がありません。I don't have any homework today.／Hôm nay không có bài tập về nhà.

4　<ruby>今日<rt>きょう</rt></ruby>は<ruby>宿題<rt>しゅくだい</rt></ruby>が<ruby>難<rt>むずか</rt></ruby>しいです。My homework for today is hard.／Hôm nay bài tập về nhà khó.

33　答え　2

<ruby>部屋<rt>へや</rt></ruby>を<ruby>掃除<rt>そうじ</rt></ruby>しました。I cleaned/tidied up my room.／Tôi đã quét dọn phòng.

＝<ruby>部屋<rt>へや</rt></ruby>をきれいにしました。I cleaned/tidied up my room.／Tôi đã làm cho căn phòng sạch sẽ.

1　<ruby>部屋<rt>へや</rt></ruby>を<ruby>明<rt>あか</rt></ruby>るくしました。I brightened up my room.／Tôi đã làm cho căn phòng sáng lên.

3　<ruby>部屋<rt>へや</rt></ruby>を<ruby>新<rt>あたら</rt></ruby>しくしました。I renovated my room.／Tôi đã làm cho căn phòng mới lên.

4　<ruby>部屋<rt>へや</rt></ruby>をかわいくしました。I added some cute touches to my room.／Tôi đã làm cho căn phòng dễ thương lên.

34　答え　4

<ruby>学校<rt>がっこう</rt></ruby>に<ruby>遅刻<rt>ちこく</rt></ruby>しました。I was late for school.／Tôi đã trễ giờ học.

＝<ruby>学校<rt>がっこう</rt></ruby>に<ruby>遅<rt>おそ</rt></ruby>く<ruby>行<rt>い</rt></ruby>きました。I got to school late.／Tôi đã đi học trễ.

1　<ruby>学校<rt>がっこう</rt></ruby>を<ruby>休<rt>やす</rt></ruby>みました。I took off school.／Tôi đã nghỉ học.

2　<ruby>学校<rt>がっこう</rt></ruby>から<ruby>早<rt>はや</rt></ruby>く<ruby>帰<rt>かえ</rt></ruby>りました。I left school early.／Tôi đã đi học về sớm.

3　<ruby>学校<rt>がっこう</rt></ruby>に<ruby>早<rt>はや</rt></ruby>く<ruby>行<rt>い</rt></ruby>きました。I went to school early.／Tôi đã đi học sớm.

35　答え　3

タンさんはシンさんに<ruby>国<rt>くに</rt></ruby>の<ruby>写真<rt>しゃしん</rt></ruby>を<ruby>見<rt>み</rt></ruby>せました。Tan-san showed Shin-san photos of his country.／Tan-san đã cho Sinh-san xem ảnh chụp của nước mình.

＝シンさんはタンさんの<ruby>国<rt>くに</rt></ruby>の<ruby>写真<rt>しゃしん</rt></ruby>を<ruby>見<rt>み</rt></ruby>ました。Shin-san looked at photos of Tan-san's country.／Sinh-san đã xem ảnh chụp của nước của Tan-san.

1　タンさんはシンさんの<ruby>国<rt>くに</rt></ruby>で<ruby>写真<rt>しゃしん</rt></ruby>を<ruby>撮<rt>と</rt></ruby>りました。Tan-san took photos in Shin-san's country.／Tan-san đã chụp ảnh ở nước của Sinh-san.

2　タンさんはシンさんの<ruby>国<rt>くに</rt></ruby>の<ruby>写真<rt>しゃしん</rt></ruby>を<ruby>見<rt>み</rt></ruby>ました。Tan-san looked at photos of Shin-san's country.／Tan-san đã xem ảnh chụp của nước của Sinh-san.

4　シンさんはタンさんの<ruby>国<rt>くに</rt></ruby>で<ruby>写真<rt>しゃしん</rt></ruby>を<ruby>撮<rt>と</rt></ruby>りました。Shin-san took photos in Tan-san's country.／Sinh-san đã chụp ảnh ở nước của Tan-san

言語知識（文法）・読解
Language Knowledge (Grammar) · Reading／Kiến thức Ngôn ngữ (Ngữ pháp) - Đọc hiểu

問題1（文の文法1（文法形式の判断））
Sentential grammar 1 (Selecting grammar form)
Ngữ pháp của câu (Chọn hình thức ngữ pháp))

1　答え　2
私はバス（で）学校へ行きます。I go to school by bus.／Tôi đi học bằng xe buýt.
〜で　例　タクシーで帰ります。I go home by taxi.／Đi về bằng taxi.　荷物をトラックで運びます。I will transport the items with a truck.／Chở hành lý bằng xe tải.　パンをナイフで切ります。I slice bread with a knife.／Cắt bánh mì bằng dao.

2　答え　4
昨日は朝6時の電車（に）乗りました。I rode the 6 a.m. train yesterday.／Hôm qua tôi đã đi tàu điện 6 giờ sáng.
〜に乗る　例　自転車・飛行機・車に乗ります。I ride a bicycle/an airplane/a car.／Đi xe đạp / máy bay / xe hơi.
cf. 〜を降りる get off 〜／xuống 〜　例　電車を降ります。I will get off the train.／Xuống tàu điện.

3　答え　1
休みの日は掃除（や）洗濯をします。I do things like housecleaning and laundry on my days off.／Ngày nghỉ tôi quét dọn và giặt giũ v.v.
AやB：A、Bだけでなく、他にもあるという気持ちが入っている。This pattern suggests that there are other possibilities in addition to A and B.／Không chỉ A, B mà có suy nghĩ cả cái khác nữa.

4　答え　3
家で3時間（ぐらい）勉強します。I study for about three hours at home.／Tôi học khoảng 3 tiếng ở nhà.

2　〜しか…ない just 〜／chỉ ... 〜：少ない、十分ではないことを表す。Expresses that something is limited in number or insufficient.／Diễn tả sự ít ỏi, không đầy đủ　例　30分しか勉強しません。I study for just 30 minutes.／Tôi học chỉ 30 phút.

5　答え　4
私は日本料理が好きです。すし（も）てんぷら（も）よく食べます。I like Japanese food. I often eat both sushi and tempura.／Tôi thích món ăn Nhật. Tôi thường ăn cả sushi và tempura.
AもBも：A・B両方とも。「いろいろある」「多い」ことを表す。This pattern means "both A and B," and has the nuance of "many different things" or "lots of."／Cả A và B. Diễn tả việc "có nhiều thứ", "nhiều".

6　答え　1
病気（で）学校を休みました。I took off school because I was sick.／Tôi đã nghỉ học vì bị bệnh.
〜で　例　事故でけがをしました。I was injured in an accident.／Tôi đã bị thương vì tai nạn.　地震で建物が倒れました。The building collapsed from an earthquake.／Tòa nhà đã đổ vì động đất.
2　病気ですから／病気だから
3　病気なので

7　答え　2
日本は山（が）多いです。Japan has many mountains.／Núi ở Nhật thì nhiều.
「は／が」文：AはBが〜です。　※BはAの一部 B is a part of A.／B là một phần của A　例　ゾウは鼻が長いです。Elephants have long trunks.／Vòi con voi thì dài.　この公園は桜がきれいです。The cherry blossoms at this park are beautiful.／Hoa sakura của công viên này thì đẹp.　弟は背が高いです。My

younger brother is tall.／Em trai tôi cao.

8　答え　2

（その）ネックレスはとてもきれいですね。That necklace is really pretty.／Sợi dây chuyền đó đẹp quá nhỉ. ※相手のものをさして言っていること、名詞の前に来るということから、「その」を選ぶ。You can figure out that その is the correct answer because the speaker is talking about an item worn by the person being addressed, and because a noun immediately follows.／Từ việc chỉ món đồ của đối phương để nói và việc đứng trước danh từ nên chọn "その".

9　答え　3

今日の試験、（どう）でしたか。How was the test today?／Bài kiểm tra hôm nay thế nào?
どう　例　日本の生活はどうですか。How's life in Japan?／Đời sống ở Nhật thế nào?

10　答え　1

昼ご飯を（もう）食べましたか。Have you already eaten lunch?／Bạn đã ăn cơm trưa rồi chưa?
もう　例　「教科書をもう買いましたか。」「はい、もう買いました。」"Have you already bought your textbooks?" "Yes, I have."／"Bạn đã mua sách giáo khoa rồi chưa?" "Vâng, đã mua rồi."
⇔まだ～ていない not ~ yet／vẫn chưa ~　例　教科書をまだ買っていません。I haven't bought my textbooks yet.／Tôi vẫn chưa mua sách giáo khoa.

11　答え　4

姉は背が（高くて）やせています。My older sister is tall and thin.／Chị tôi cao và ốm.
背が高い＋やせている ⇒ 背が高くてやせている
※形容詞を2つ以上並べる時にはテ形を使う。An adjective is put in its *te*-form when immediately followed by another adjective.／Khi có từ 2 tính từ trở lên đứng gần nhau thì sử dụng thể Te.　例　この店のラーメンは安くて、量が多くて、おいしいです。This restaurant's ramen is cheap, plenty, and tasty.／Mì

ramen của tiệm này rẻ, nhiều và ngon.

12　答え　4

私は、ラーメンが好きですから、（よく）食べます。I like ramen, so I eat it often.／Tôi rất thích mì ramen nên thường ăn.
よく　例　休みの日は、よくテレビを見ます。I often watch TV on my days off.／Ngày nghỉ, tôi thường xem tivi.　cf. いつも／たいてい always/usually／luôn luôn／phần lớn
1 あまり～ない not ~ much／hầu như không ~　例　私はラーメンをあまり食べません。I don't eat ramen much.／Tôi hầu như không ăn mì ramen.
2 でも but／nhưng　例　ラーメンが好きです。でも、食べません。I like ramen. But, I don't eat it.／Tôi thích mì ramen. Nhưng không ăn.

13　答え　3

朝、大きいパンを4つ（も）食べました。I ate as many as four big pieces of bread this morning.／Buổi sáng, tôi đã ăn những 4 cái bánh mì lớn.
数字＋も number＋も／số＋も：多いという意味を表す。Expresses that a quantity is large.／Diễn tả số lượng nhiều.
例　今朝、コーヒーを3杯も飲みました。I drank as many as three cups of coffee this morning.／Sáng nay, tôi đã uống những 3 cốc cà phê.

14　答え　1

この教科書を（買って）ください。Please buy this textbook.／Hãy mua sách giáo khoa này.
買う⇒買って　※「～う」「～つ」「～る」（Iグループ）⇒「～って」　例　笑う⇒笑って　立つ⇒立って　取る⇒取って

15　答え　4

私はいつも音楽を（聞き）ながら勉強をします。I always listen to music when I study.／Tôi luôn vừa học vừa nghe nhạc.
マス形＋ながら：二つのことを同時にしている時

に使う。Used to indicate that two actions occur simultaneously.／Sử dụng khi làm hai việc cùng lúc.

例 歌を歌いながらシャワーを浴びます。I sing when I take a shower.／Tôi vừa tắm vừa hát.

---

16 答え 3

兄の部屋はあまり（きれいじゃ）ありません。My older brother's room isn't very clean.／Phòng của anh tôi không sạch lắm.

問題2（文の文法2（文の組み立て）
Sentential grammar 2 (Sentence composition) Ngữ pháp của câu (Ghép câu))

卍 文の組み立て方　Sentence construction Cách ghép câu

17 答え 4

その机の上の本を取ってください。

Please hand me the book on that desk.／Hãy lấy quyển sách ở trên cái bàn đó.

卍 [その机 の 上 の 本]を取ってください。
　　　名詞　名詞　名詞

※「名詞 の 名詞 の 名詞」の文を作る。

You need to build this sentence as "noun の noun の noun."／Đặt câu "danh từ の danh từ の danh từ".

18 答え 3

私の家の庭に大きい木があります。

There's a big tree in my house's garden.／Trong vườn nhà tôi có cái cây lớn.

卍 [私の家の庭]に[大きい木]があります。

19 答え 1

昨日行った動物園は1882年にオープンしました。

The zoo I went to yesterday opened in 1882.／Sở thú tôi đi hôm qua đã được mở vào năm 1882.

卍 昨日行った 動物園

20 答え 1

学校の前にある公園はとても広いです。

The park in front of the school is very large.／Công viên ở trước trường rất rộng.

卍 学校の前にある 公園

21 答え 2

私は肉は好きですが魚は食べません。

I like meat, but I don't eat fish.／Thịt thì tôi thích , còn cá thì không ăn.

卍 私は[肉は好きです]が[魚は食べません]。

問題3（文章の文法
Text grammar／Ngữ pháp của đoạn văn)

22 答え 2

国にいた時のことなので、過去のこと。

The writer talking about when he was back in his country, so the answer has to be in the past tense.／Vì là chuyện khi còn ở trong nước nên là chuyện của quá khứ.

問題3の本文

（1）ケイさんの作文
　私は旅行が好きです。国にいた時もたくさん旅行をしました。今は日本にいますから日本のいろいろな所へ行きたいです。先週となりの町へ行った時も、とても楽しかったです。夏休みは遠い所へ行きたいです。皆さんも一緒に行きませんか。

（2）ロクさんの作文
　私は本が好きです。小さい時からよく本を読みました。私の母も本をよく読みますから、私の家には本がたくさんあります。でも、今の私の部屋には本はありません。早く日本語の本が読みたいです。

(1) Kay-san's composition

I like to travel. I took many trips back in my country, too. Since I'm in Japan now, I want to travel to all sorts of places in this country. I went to a neighboring town last week, and it was very fun. I want to go to some place far away during summer vacation. Why don't you all come with me?

(2) Loc-san's composition

I like books. I've often read books since I was little. My mother also often reads books, so there are many books in our home. But there are no books in my room now. I want to soon start reading books in Japanese.

(1) Bài văn của Kay-san

Tôi thích đi du lịch. Khi ở nước tôi, tôi đã đi du lịch rất nhiều. Vì bây giờ tôi đang ở Nhật nên muốn đi nhiều chỗ khác nhau của Nhật. Tuần trước, khi đi đến thị trấn bên cạnh cũng (đã) rất vui. Kỳ nghỉ hè, tôi muốn đi đến chỗ xa. Mọi người cũng cùng đi với tôi chứ?

(2) Bài văn của Lộc-san

Tôi rất thích sách. Từ khi còn nhỏ, tôi đã thường đọc sách. Vì mẹ của tôi cũng thường đọc sách nên nhà tôi có rất nhiều sách. Nhưng, phòng của tôi bây giờ không có sách. Tôi muốn mau đọc sách tiếng Nhật.

| 23 | 答え | 3 |

| 24 | 答え | 4 |

〜ませんか How about 〜?／không〜 sao?, 〜 nhé：誰かを誘う時に使う。Used to invite someone to do something.／Sử dụng khi rủ rê, mời mọc ai đó.

| 25 | 答え | 1 |

| 26 | 答え | 2 |

問題4（内容理解（短文）
Comprehension (Short passages)
Hiểu nội dung (đoạn văn ngắn))

🔲 答えに関係する文 Sentences associated with the answer
Câu có liên quan với câu trả lời

📖 理解のポイント Comprehension strategies
Điểm quan trọng để hiểu

| 27 | 答え | 3 |

🔲 「私はコートを買いました。」 "I bought a coat."／
"Tôi đã mua áo choàng."

| 28 | 答え | 4 |

🔲 「出席したい留学生は7月15日までに申し込んでください。」

"If you want to attend, please apply by July 15."／"Du học sinh muốn tham gia thì hãy đăng ký hạn chót là ngày 15 tháng 7."

| 29 | 答え | 4 |

🔲 「明日の会議の書類は私の机の上のファイルにあります。それを田中さんにわたしてください。」

"The documents for tomorrow's meeting are in the file on my desk. Please give them to Tanaka-san."／"Hồ sơ cuộc họp ngày mai ở trong tập hồ sơ trên bàn của tôi. Hãy đưa nó cho Tanaka-san."

📖 山下さんがすることは、書類を田中さんにわたすこと。1，2，3は大山さんがすること。

Yamashita-san's task is to give the documents to Tanaka-san. Items 1–3 are things that Oyama-san will do.／Việc Yamashita-san sẽ làm là đưa hồ sơ cho Tanaka-san. 1, 2, 3 là việc Oyama-san sẽ làm.

問題5（内容理解（中文）
Comprehension (Mid-size passages)
Hiểu nội dung (đoạn văn vừa))

【要約 Summary／tóm tắt】
私は冬が嫌いです。朝は寒いですからベッドから出られません。ですからよく遅刻します。でも、先週降った雪は、とてもきれいでした。私の国は一年中夏です。日本は春、夏、秋、冬がありますからおもしろいです。

I hate winter. It's so cold in the morning that I have trouble getting out of bed. That's why I'm late so often. It snowed last week. It was very beautiful. It's summer all year long in my country. Japan is interesting because it has spring, summer, fall, and winter.／Tôi rất ghét mùa đông. Buổi sáng vì trời lạnh nên không thể ra khỏi giường. Vì vậy, tôi thường đi trễ. Tuần trước, tuyết rơi. Rất đẹp. Nước tôi quanh năm là mùa hè. Nhật Bản có mùa xuân, mùa hè, mùa thu, mùa đông nên thú vị.

30　答え　2

📖「ですから」の前が遅刻する理由。The reason why the writer arrives late is stated in the part preceding ですから.／Trước "ですから" là lý do đi trễ.

31　答え　4

🖼「私の国は一年中夏です。」"It's summer all year long in my country."／"Nước tôi quanh năm là mùa hè" = 一年中暑いです。It's hot throughout the year.／Quanh năm nóng nực.

問題6（情報検索　Information retrieval／Tìm kiếm thông tin）

32　答え　2

リンさんは友達と会社の昼休みにランチを食べます。インターネットで見ると、会社の近くでランチセットがある店はこの4つです。昼休みは午後1時から2時までです。値段は1000円までがいいです。リンさんはどの店に行きますか。

Linh-san is going out to eat lunch with a friend during their office's lunch break. After looking up restaurants online, she finds that there are four restaurants nearby that offer lunch sets, listed below. Lunch break lasts from 1 to 2 p.m. She doesn't want to spend more than 1,000 yen. Which restaurant will she choose?／Linh sẽ ăn trưa với bạn vào giờ nghỉ trưa của công ty. Khi xem internet, có 4 quán gần công ty và có cơm trưa theo phần. Giờ nghỉ trưa từ 1 giờ đến 2 giờ trưa. Giá tối đa 1.000 yên thì tốt. Linh sẽ đi quán nào?

第2回　言語知識〈文字・語彙〉　言語知識〈文法〉・読解　聴解

① レストラン・フジ　　ランチセット　1,200円
　　　　　　　　　　　●スープ、サラダ、にくりょうり
　　　　　　　　　　　●パンか　ごはん
　　　　　　　　　　　●コーヒーか　こうちゃ
　　　　　　　　　　　午前11:30〜午後2:30

② つきみや　　　　　　ランチセット　980円
　　　　　　　　　　　●スープか　サラダ、にくりょうり
　　　　　　　　　　　●パンか　ごはん
　　　　　　　　　　　●コーヒーか　こうちゃ
　　　　　　　　　　　12:00〜午後2:00

③ イタリアン・プレート　ランチセット　1,100円
　　　　　　　　　　　●サラダ、スパゲッティか　ピザ
　　　　　　　　　　　●コーヒー
　　　　　　　　　　　午前11:30〜午後2:30

④ オーケーダイニング　ランチセット　900円
　　　　　　　　　　　●サラダ、にくりょうり
　　　　　　　　　　　●パンか　ごはん
　　　　　　　　　　　●コーヒー
　　　　　　　　　　　午前11:00〜午後1:00

聴解 Listening／Nghe

- ♪ 理解のポイント Comprehension strategies／Điểm quan trọng để hiểu
- 💡 ヒントになる言葉 Words that serve as clues／Từ trở thành gợi ý
- ♥ 役立つ言葉 Handy expressions／Những từ có ích

問題1（課題理解 Task-based comprehension／Hiểu vấn đề）

例 ♪ BPT_N5_2_04

日本語学校で先生と男の学生が話しています。男の学生は明日何時に学校に来ますか。

F：ジョンさん、明日、スピーチの練習をします。朝、いいですか。

M：はい、大丈夫です。何時に始めますか。

F：そうですねえ。8時半か9時はどうですか。授業は9時半からですから。

M：わかりました。たくさん練習したいですから、8時半に来ます。

F：はい、では、明日。頑張りましょう。

男の学生は明日何時に学校に来ますか。

答え　2

1番 ♪ BPT_N5_2_05

男の学生と女の学生が話しています。女の学生は休みに何をしますか。

M：今度の休みはどうしますか。

F：去年は海へ行きましたけど、今年は…。

M：僕の両親の家に来ませんか。近くにきれいな山がありますよ。

F：うわー！　ありがとうございます。でも、<u>休みの後で、試験がありますから</u>…。

M：じゃあ、ずっと勉強しますか。

F：ええ、残念ですけど。<u>大切な試験ですから。</u>

女の学生は休みに何をしますか。

答え　4

休みの後で、試験がありますから。We have a test after the break.／Vì sau kỳ nghỉ có kỳ thi nên...

ずっと勉強しますか。Are you going to study the whole time?／Cậu học suốt à?

ええ、残念ですけど。大切な試験ですから（勉強します）。Yeah, unfortunately. It's a big test, after all (and so I'm going to study).／Ừ, tiếc thật nhưng vì là kỳ thi quan trọng (nên tôi sẽ học).

💡 ～から、…：「～」は「…」の理由。（「…」＝勉強します）In this pattern ～ indicates the reason behind ....／"~" là lý do của "...".

2番 ♬ BPT_N5_2_06

会社で女の人と男の人が話しています。二人はどこに行きますか。

F：もう昼ですね。今日はカレーが食べたいです。

M：じゃ、駅前のカレー屋さんに行きましょう。

F：あ、あそこは込んでいますよ。銀行の隣の店はどうですか。

M：あそこは今日は休みです。じゃ、あの新しい店に行きましょう。

F：ああ、あの八百屋さんの隣ですね。前にコンビニがありますね。

M：ええ、そうです。じゃ、行きましょう。

二人はどこに行きますか。

答え　4

あの新しい店に行きましょう。Let's go to that new restaurant.／Hãy đi tiệm mới kia nào.

あの八百屋さんの隣ですね。前にコンビニがありますね。The one next to the produce shop, right? There's a convenience store in front of it, isn't there?／Bên cạnh tiệm rau đó nhỉ. Phía trước có cửa hàng tiện lợi nhỉ.

♪地図に○×を付けながら聞いていこう。Make notes on the map as you listen.／Hãy vừa nghe vừa đánh dấu vào bản đồ.

🔑駅前 in front of/near the train station／trước nhà ga　　〜の隣　前に〜がある

3番 ♬ BPT_N5_2_07

学校の先生が学生たちに話しています。学生はいつ宿題を出しますか。

M：皆さん、これは冬休みの宿題です。学校は1月7日に始まります。この宿題は次の日、8日に出してください。問題がたくさんありますから、頑張ってください。それから、9日と10日にはクラスでスピーチ大会をします。ちゃんと準備してくださいね。

学生はいつ宿題を出しますか。

答え　2

この宿題は（1月7日の）次の日、8日に出してください。Please turn in this assignment on the following day, the 8th.／Hãy nộp bài tập này vào ngày tiếp theo, ngày 8 nhé.

♪7日、8日、9日、10日が何の日か注意して聞こう。発音にも注意。日にちの読み方を正しく覚えよう。As you listen, keep track of the plans for each day (the 7th, 8th, 9th, and 10th). Also, pay attention to the pronunciation of dates. Make sure that you have them all correctly stored in your memory.／Hãy chú ý nghe ngày 7, ngày 8, ngày 9, ngày 10 là ngày gì. Chú ý cả phát âm. Hãy ghi nhớ cách đọc ngày chính xác.

💛ちゃんと fully; properly／đàng hoàng

4番 ♬ BPT_N5_2_08

駅で女の人が駅の人と話しています。女の人の傘はどれですか。

F：電車の中に、傘を忘れました。

M：えっと、どんな傘ですか。

F：花の絵が描いてある傘です。

M：どんな花ですか。

F：大きい花です。

M：そうですか。この中にありますか。

F：あ、これです。ありがとうございました。

女の人の傘はどれですか。

答え　1

花の絵が描いてある傘です。It's an umbrella with pictures of flowers on it.／Là cây dù có hình bông hoa.

大きい花です。They're big flowers.／Bông hoa lớn.

♪まず絵を見て、傘の模様に注意して会話を聞こう。Look at the illustrations and then carefully listen to the description of the umbrella's pattern.／Trước tiên hãy nhìn tranh, chú ý đến hoa văn của cây dù và nghe đoạn hội thoại.

💡「花の絵が描いてある傘」を選び、その中で「大きい花」を選ぶ。First, narrow the illustrations down to the ones showing an umbrella with a floral pattern, and then then pick out the one with large flowers.／Chọn "cây dù có hình bông hoa", trong đó chọn "bông hoa lớn".

5番 🎵 BPT_N5_2_09

男の人と女の人が話しています。男の人は何を持っていきますか。男の人です。

F：マークさん、今日ジョンさんの家に行くでしょう。

M：はい。何を持っていきましょうか。

F：料理はジョンさんが作ります。お酒もたくさんあると言っていました。私はパンを持っていきます。ですから、マークさんは果物を持ってきてください。

M：わかりました。お菓子はどうですか。

F：お菓子は他の人たちが持ってくるそうです。

M：そうですか。じゃ、いいですね。

男の人は何を持っていきますか。

答え　3

マークさんは果物を持ってきてください。Please bring fruit, Mark-san.／Mark-san hãy đem trái cây đi.

わかりました。Okay, I will.／Tôi hiểu rồi.

♪違うものに印を付けていくとわかりやすい。It will be easier to pick out the right answer if you mark the wrong ones while listening.／Đánh dấu vào những món không đúng thì sẽ dễ hiểu.

💡料理：ジョンさんが作る Cooked dishes: To be made by John-san.／Món ăn: John-san nấu

　お酒：たくさんある Alcohol: John-san already has a lot.／Rượu: có nhiều

　パン：女の人が持っていく Bread: To be brought by the woman.／Bánh mì: người phụ nữ đem đi

お菓子：他の人たちが持ってくる Sweets: To be brought by other people.／Bánh kẹo: những người khác đem đến
⇒ マークさんが持っていくものではない。Mark-san will not bring any.／Không phải là thứ Mark-san đem đi.
💟 行くでしょう：この会話では、「行きますよね」

6番 🎵 BPT_N5_2_10

> ハンバーガーショップで女の人と男の人が話しています。男の人はいくら払いますか。
>
> F：いらっしゃいませ。
> M：えっと、ハンバーガーを1つと、コーヒーください。
> F：はい。ハンバーガーが150円で、コーヒーは120円です。全部で270円です。
> M：あ、それから100円のポテトもください。
> F：はい、ポテトもですね。少々お待ちください。
> 男の人はいくら払いますか。

答え　4

ハンバーガーが150円で、コーヒーは120円です。全部で270円です。The hamburger is 150 yen and the coffee is 120 yen. Your total comes to 270 yen.／Hăm-bơ-gơ 150 yên, cà phê 120 yên. Tổng cộng 270 yên ạ.
それから100円のポテトもください。I'd also like the 100-yen french fries.／Với lại cho tôi khoai tây loại 100 yên.
💡 150円（ハンバーガー）＋120円（コーヒー）＋100円（ポテト）＝370円

7番 🎵 BPT_N5_2_11

> 店で女の人と男の人が話しています。男の人はどのカーテンを買いますか。
> M：子供の部屋のカーテンがほしいです。
> F：乗り物や、動物の絵はどうでしょうか。
> M：あ、乗り物のほうがいいです。
> F：飛行機と車、どちらも人気がありますが。
> M：うちの子は車が好きですから、それにします。
> F：これですね。
> 男の人はどのカーテンを買いますか。

答え　2

子供の部屋のカーテンがほしいです。I want to get some curtains for my kid's room.／Tôi muốn bộ rèm cửa phòng trẻ con.
乗り物や、動物の絵はどうでしょうか。How about some with pictures of vehicles or animals?／Hình xe cộ hay động vật thì sao ạ?
うちの子は車が好きですから、それ（車の絵のカーテン）にします。My kid likes cars, so I'll take that (curtain with a car pattern).／Con nhà tôi thích xe nên tôi chọn cái này (rèm cửa có hình xe).
💟 人気がある be popular／được yêu thích

例 ♬ BPT_N5_2_13

男の人と女の人が話しています。男の人の誕生日はいつですか。男の人です。

M：絵理子さん、誕生日はいつですか。

F：私は、9月24日です。ダンさんは、いつですか。

M：私は、7月7日です。

F：あ、じゃあ、もうすぐですね。みんなでパーティーをしましょう。

M：ありがとうございます。

男の人の誕生日はいつですか。

答え　4

1番 ♬ BPT_N5_2_14

男の人と女の人が話しています。女の人は今日どこで昼ごはんを食べましたか。女の人です。

M：昼ご飯、どこで食べましたか。

F：今日はいつものそば屋で食べました。スパゲッティ屋に行きましたが、休みでしたから。

M：そうですか。私は今日はすし屋に行きました。いつもはラーメン屋に行きますけど。

F：あ、いいですね。私もおすしは大好きです。今度一緒に行きませんか。

M：そうですね。そうしましょう。

女の人は今日どこで昼ごはんを食べましたか。

答え　1

今日はいつものそば屋で食べました。Today I ate at the usual *soba* shop.／Hôm nay tôi ăn ở tiệm mì soba mọi khi.
スパゲッティ屋に行きましたが、休みでしたから。I went to the spaghetti place, but they were closed.／Vì tôi đã đi đến tiệm mì Ý nhưng tiệm nghỉ.

♬最初の質問をきちんと聞こう。「女の人は」と聞いているので、男の人がどこで食べたかは関係ない。
Listen closely to the first question. The question is about the woman, so you don't need to think about where the man ate.／Hãy nghe kỹ câu hỏi đầu tiên. Vì hỏi "女の人は", nên người đàn ông ăn ở đâu không liên quan.

■いつものそば屋 the usual *soba* shop／tiệm mì thường đi ăn　　例いつもの朝ご飯 the usual breakfast／cơm sáng thường ăn　　いつものテレビ番組 the TV show I always watch／chương trình tivi thường xem

2番 ♫ BPT_N5_2_15

学校で男の学生と女の学生が話しています。女の学生は今どこでアルバイトをしていますか。女の学生です。

M：山川さんはコンビニでアルバイトをしていますか。

F：前はコンビニでしていました。今は駅前のスーパーでしています。

M：どうして辞めましたか。

F：終わる時間が遅かったですから。大木さんは？

M：僕はレストランでしています。前はホテルでしていました。

F：そうですか。大変ですか。

M：ええ。でも、楽しいです。

女の学生は今どこでアルバイトをしていますか。

答え　2

前はコンビニで（アルバイトを）していました。I used to work part-time at a convenience store.／Lúc trước tôi đã làm (thêm) ở cửa hàng tiện lợi.

今は駅前のスーパーで（アルバイトを）しています。Now I work part-time at the supermarket in front of the station.／Bây giờ tôi làm (thêm) ở siêu thị trước nhà ga.

♫ 女の学生が今アルバイトをしている所を聞いている。The question is about where the woman works part-time now.／Hỏi về chỗ mà nữ sinh viên làm thêm bây giờ.

3番 ♫ BPT_N5_2_16

アパートの入り口で女の人と男の人が話しています。どの人が来ましたか。

F：あ、佐々木さん、さっきお客さんが来ましたよ。

M：お客さん？　どんな人でしたか。

F：めがねをかけていました。背が高い男の人です。大きいスーツケースを持っていましたよ。

M：ああ、わかりました。田中さんです。僕の学校の友達です。

どの人が来ましたか。

答え　4

どんな人でしたか。What sort of person?／Là người thế nào vậy?

めがねをかけていました。He was wearing glasses.／Đeo mắt kính.

背が高い男の人です。He's a tall man.／Người đàn ông cao.

大きいスーツケースを持っていましたよ。He was carrying a big suitcase.／Có đem một cái va-li lớn.

♥ どんな人かを表す言葉を覚えよう。Learn some expressions for describing people.／Hãy ghi nhớ từ mô tả người như thế nào.

めがねをかけている wears glasses／đeo kính　背が高い／低い is tall/short／(chiều cao) cao / thấp

髪が長い／短い has long/short hair／tóc dài / ngắn

さっき a moment ago／lúc nãy　cf. 先 before／trước　例 先に帰ります I'm leaving before you.／về trước　お先にどうぞ After you.／mời anh/chị trước

4番　♫ BPT_N5_2_17

男の人と女の人が話しています。女の人はどの写真を見せましたか。
M：川田さんは動物が好きですか。
F：ええ、大好きです。家に猫が１匹と犬が２匹います。
M：そうですか。私もほしいです。でも、今のマンションでは動物はダメです。
F：それは残念ですね。あ、写真を持っています。見てください。
M：あ、かわいいですね。白い猫ですね。あれ、犬が３匹いますか。
F：あ、この黒い大きい犬は友達の家の犬です。
女の人はどの写真を見せましたか。

答え　4

女の人はどの写真を見せましたか。What sort of photo did the woman show?／Người phụ nữ đã cho xem ảnh gì?
家に猫が１匹と犬が２匹います。I have one cat and two dogs at home.／Nhà tôi có 1 con mèo và 2 con chó.
白い猫ですね。犬が３匹いますか。It's a white cat, huh? Do you have three dogs?／Con mèo trắng nhỉ. Có 3 con chó à?
この黒い大きい犬は友達の家の犬です。The big black dog belongs to a friend.／Con chó đen lớn là chó nhà bạn tôi.
♫ 絵を見ながら動物の数を確認する。この写真は友達の犬も写っていることに注意。As you scan the illustrations, take note of how many animals are shown. Note that the photo also shows a friend's dog.／Vừa nhìn hình vừa kiểm tra số con vật. Lưu ý hình này chụp cả con chó của người bạn.
💡 この人の家にいる動物：白い猫＋犬２匹 Animals the woman owns: 1 white cat + 2 dogs／Con vật ở nhà của người này: con mèo trắng + 2 con chó
写真に写っている動物：白い猫＋犬２匹＋黒い大きい犬１匹（友達の家の犬）Animals shown in the photo: 1 white cat + 2 dogs +1 big black dog (the friend's dog)／con vật chụp trong hình: 1 con chó lớn đen (chó của nhà người bạn)

5番　♫ BPT_N5_2_18

男の人と女の人が話しています。中田さんはどの人ですか。
M：すみません。中田さんはいらっしゃいますか。
F：はい、あ、あそこにいます。ほら、あのドアの所に。
M：あの料理の皿を持っている人ですか。
F：いえ、そうじゃなくて、その人と話している人です。
M：あ、あのジュースを持っている人ですね。
F：ええ、そうです。

M：ありがとうございました。

中田さんはどの人ですか。

答え　2

中田さんはいらっしゃいますか。Is Nakata-san here?／Có Tanaka-san ở đây không ạ?

あそこにいます。あのドアの所に。She's over there. Next to that door.／Ở đằng kia ạ. Ở chỗ cửa đó.

あの料理の皿を持っている人ですか。That person holding the food?／Là người cầm đĩa thức ăn kia à?

あのジュースを持っている人ですね。That person holding the juice, right?／Là người cầm nước trái cây kia đúng không.

💡「ドアの所にいる人」＋「ジュースを持っている人」

6番　♬ BPT_N5_2_19

日本語学校のクラスで先生が話しています。4時間目のクラスは何人ですか。4時間目です。

F：このクラスは全部で20人です。1時間目から3時間目までは、20人のクラスで授業をします。4時間目は、クラスを2つにします。ですから、10人ずつのクラスで授業をします。3時間目と4時間目の間の休み時間に、201教室と202教室に分かれてください。

4時間目のクラスは何人ですか。

答え　3

このクラスは全部で20人です。This class has a total of 20 people.／Lớp này có tất cả 20 người.

4時間目は、クラスを2つにします。For the fourth period, the class is split up into two smaller classes.／Giờ thứ 4 sẽ chia lớp thành 2.

10人ずつのクラスで授業をします。Those classes have ten people each.／Sẽ học theo lớp từng 10 người.

🔑 全部で20人 ⇒ 4時間目はクラスは2つ ⇒ 10人ずつのクラス There are 20 students in total ⇒ In the fourth period they are divided into two classes ⇒ Each class has 10 students／Tất cả 20 người ⇒ Giờ thứ 4 có 2 lớp ⇒ Mỗi lớp 10 người

💙 ～ずつ：～が同じ数だということを表す。Expresses that the quantity stated applies to each of the items mentioned.／Diễn tả ~ có con số giống nhau.　この会話では、Aクラス10人、Bクラス10人。Here, this means that each fourth-period class has 10 students.／Trong đoạn hội thoại này, lớp A 10 người, lớp B 10 người.

問題3（発話表現 Utterance expressions／Diễn đạt bằng lời）

例　♬ BPT_N5_2_22

コーヒーが飲みたいです。何と言いますか。

M：1．コーヒー、お願いします。

　　2．コーヒー、いかがですか

３．コーヒーも好きです。

答え　1

友達の家に入ります。何と言いますか。You are entering a friend's home. What do you say?／Vào nhà người bạn. Bạn sẽ nói gì?

Ｆ：１．いただきます。I'm thankful for this food.／Tôi xin phép dùng.

　　２．どうぞ入ってください。Please come in.／Xin mời vào.

　　３．おじゃまします。Thank you for inviting me.／Tôi làm phiền bạn.

答え　3

💡人の家に入る時は「おじゃまします」を使う。おじゃまします is the proper thing to say when entering someone's home.／Khi vào nhà người khác, sử dụng "おじゃまします".

❤いただきます：食べる前に言う。Said just before eating.／Nói trước khi ăn.

　どうぞ入ってください：家の人が、来た人に言う。Said by a person inviting someone into their home.／Người trong nhà nói với người đến nhà mình.

隣の人がとても忙しいです。何と言いますか。The person sitting next to you is very busy. What do you say?／Người ngồi bên cạnh rất bận rộn. Bạn sẽ nói gì?

Ｆ：１．不便ですね。That's inconvenient, isn't it?／Bất tiện nhỉ.

　　２．大変ですね。That's tough, isn't it?／Vất vả nhỉ.

　　３．失礼ですね。That's rude, isn't it?／Thất lễ nhỉ.

答え　2

💡大変ですね：とても忙しい人や問題がたくさんある人に同情の気持ちを伝える言葉。Used to empathize with someone who has to deal with a lot of tasks or problems.／Từ để truyền đạt sự đồng cảm với người rất bận rộn hay người có nhiều vấn đề.

※大変（な）tough／vất vả, gay go　例 毎日、宿題がたくさんありますから、大変です。I have to do lots of homework every day, so it's tough.／Vì có bài tập về nhà mỗi ngày nên rất vất vả.　医者は大変な仕事です。Being a doctor is very hard work.／Bác sĩ là công việc vất vả.

3番 ♬ BPT_N5_2_25

友達と一緒に映画に行きたいです。何と言いますか。You want to go see a movie with a friend. What do you say?／Bạn muốn đi xem phim với người bạn. Bạn sẽ nói gì?

M：1．一緒に映画を見に行っていますか。Have you gone to see a movie with them?／Đang đi xem phim với nhau à?

2．一緒に映画を見に行きませんか。Would you like to go see a movie with me?／Cùng đi xem phim với tôi nhé?

3．一緒に映画を見に行きましたか。Did you go see a movie with them?／Đã đi xem phim với nhau à?

答え　2

👤 人と一緒に何かがしたい時は「〜ませんか」を使う。〜ませんか is used to invite someone to do something with you.／Khi muốn làm gì đó với người khác thì sử dụng "〜ませんか". 例 一緒に食事をしませんか。How about having dinner together?／Cùng dùng bữa với tôi nhé.

4番 ♬ BPT_N5_2_26

店にお客さんが入ってきました。何と言いますか。A customer has entered your shop. What do you say?／Khách hàng vào cửa tiệm. Bạn sẽ nói gì?

F：1．いらっしゃいませ。Welcome.／Xin chào quý khách.

2．よろしくお願いします。I appreciate your assistance.／Xin vui lòng giúp đỡ.

3．またどうぞ。Please come again.／Mời quý khách lại đến.

答え　1

👤 店の人がお客さんが来た時に言うのは「いらっしゃいませ」。いらっしゃいませ is used by shop/restaurant staff to welcome customers when they enter.／Câu mà người của cửa tiệm nói khi khách đến tiệm là "いらっしゃいませ". 🔖 自分の家にお客さんが来た時も「いらっしゃい(ませ)」を使う。When welcoming someone to your home, you can say いらっしゃい(ませ).／Cũng sử dụng "いらっしゃい(ませ)" khi khách đến nhà mình.

5番 ♬ BPT_N5_2_27

友達が遠くに引っ越してしまいます。何と言いますか。A friend is moving to a new home far away. What do you say?／Người bạn sẽ dọn nhà đi xa. Bạn sẽ nói gì?

M：1．お大事に。Get well soon.／Mau hết bệnh nhé.

2．元気だった？Have you been doing well?／Có khỏe không?

3．元気でね。Look after yourself.／Giữ sức khỏe nhé.

答え　3

第2回 言語知識（文字・語彙） 言語知識（文法）・読解 聴解

💡 しばらく会えない人には「元気でね」「お元気で」と言う。元気でね and お元気で are used to wish someone well when you won't be seeing them for a while。／Nói "元気でね", "お元気で" với người không thể gặp một thời gian.

💬 お大事に：病気の人に言う。Said to someone who is sick。／Nói với người bị bệnh.

　元気だった？：久しぶりに会った人に「今まで元気でしたか」と聞く言葉。Used to ask someone you haven't seen for a while if they have been doing well。／Từ để hỏi người lâu ngày gặp lại có khỏe không từ trước cho đến giờ.

問題4（即時応答 Quick response／Trả lời nhanh）

例 ♬ BPT_N5_2_29

```
M：メアリーさん、誰と住んでいますか。
F：1．１年ぐらいです。
　　2．駅の近くです。
　　3．友達とです。
```

答え　3

1番 ♬ BPT_N5_2_30

```
F：すみません。今、何時ですか。Excuse me. What time is it?／Xin lỗi. Bây giờ là mấy giờ?
M：1．１時です。It's one o'clock.／1 giờ.
　　2．１時間です。It's one hour.／1 tiếng.
　　3．１時までです。It lasts until one'clock.／Đến 1 giờ.
```

答え　1

💬 今、何時ですか：今の時間を聞いている。The woman is asking for the current time.／Hỏi giờ hiện tại.

2番 ♬ BPT_N5_2_31

```
M：すみません。エレベーターはどこですか。Excuse me. Where is the elevator?／Xin lỗi. Thang
　　máy ở đâu ạ?
F：1．どこも行きません。I'm not going anywhere.／Không đi đâu cả.
　　2．駅から来ました。I came from the train station.／Tôi đã đến từ nhà ga.
　　3．あ、あそこです。Oh, it's over there.／À, ở đằng kia.
```

答え　3

♪ 場所を聞く／教える時の言い方を覚えよう。Memorize expressions used to ask or give directions to some place.／Hãy ghi nhớ cách nói khi hỏi / chỉ chỗ.

💬 〜はどこですか：場所を聞く時に使う。Used to ask the location of something.／Sử dụng khi hỏi chỗ.

3番 ♫ BPT_N5_2_32

F：兄弟は何人ですか。How many brothers do you have?／Bạn có mấy anh chị em?

M：1．3番目です。I'm the third oldest.／Tôi thứ 3.

2．3人です。Three.／3 người.

3．一番上です。I'm the oldest.／Tôi lớn nhất.

答え　2

♪「兄弟は何人ですか」という質問には、自分を入れた人数を答える。Keep in mind that a response to the question 兄弟は何人ですか includes the speaker in the total number of siblings.／Với câu hỏi "兄弟は何人ですか" thì trả lời số người tính cả mình vào.

例えば、兄が一人、妹が一人の場合、「兄弟は3人」、「3人兄弟」と言う。For example, a person with one brother and one sister would respond with 兄弟は3人 or 3人兄弟.／Ví dụ, trường hợp có 1 người anh trai, 1 người em gái thì nói "兄弟は3人", "3人兄弟".

💡「何人ですか」の答えは「～人です」。何人ですか is answered with ～人です.／Câu trả lời "何人ですか" là "～人です".

4番 ♫ BPT_N5_2_33

M：どこで夕食を食べますか。Where do you eat dinner?／Bạn ăn tối ở đâu?

F：1．家で食べます。I eat at home.／Ăn ở nhà.

2．友達と一緒に食べます。I eat with friends.／Ăn với bạn.

3．これから食べます。I'm going to eat now.／Từ bây giờ sẽ ăn.

答え　1

📙 どこで～：何かをする場所を聞く時に使う。Used to ask the location of some event or action.／Sử dụng khi hỏi nơi làm cái gì đó.

💙 誰と食べますか／一人で食べますか。Who will you eat with? / Will you eat alone?／Ăn với ai? / Ăn một mình à?
⇒「友達と一緒に食べます。」

もう食べましたか／いつ食べますか。Have you already eaten? / When will you eat?／Đã ăn chưa? / Khi nào ăn?
⇒「これから食べます。」

5番 ♫ BPT_N5_2_34

F：今日、誰が来ましたか。Who came today?／Hôm nay ai đã đến vậy?

M：1．ジョンさんが行きます。John-san will go.／Anh John sẽ đi.

2．ジョンさんの家です。It's John-san's home.／Nhà của anh John.

3．ジョンさんが来ました。John-san came.／Anh John đã đến.

答え　3

♟「誰が来ましたか」と「誰か来ましたか」 "Who came?" and "Did anyone come?"／"Ai đã đến?" và "Có ai đó đến không?"

誰か来ましたか：来たかどうかを聞いている。The speaker wants to know whether or not some people came.／Hỏi có đến hay không.

例 A「誰か来ましたか。」

　　B「いいえ、誰も来ませんでした。」

誰が来ましたか：来たことはわかっていて、来た人の名前を聞いている。The speaker knows that some people came and wants to know who they were.／Biết việc có đến và hỏi tên người đã đến.

例 A「誰か来ましたか。」

　　B「はい、来ました。」

　　A「誰が来ましたか。」

　　B「山田さんが来ました。」

6番 ♬ BPT_N5_2_35

M：もしもし、山田ですが、リーさんはいらっしゃいますか。Hello, this is Yamada. Is Lee-san there?／Alô, tôi là Yamada, Lee-san có ở đó không ạ?

F：1．いいえ、来ました。No, she came.／Không, đã đến.

　　2．はい、そうです。Yes, that's right.／Vâng, đúng vậy.

　　3．はい、少々お待ちください。Yes, just a moment, please.／Vâng, vui lòng chờ một chút.

答え　3

♥電話で使う表現を覚えよう。Learn expressions used in phone calls.／Hãy ghi nhớ cách diễn đạt sử dụng qua điện thoại.

佐藤「佐藤ですが、中村さんはいらっしゃいますか。」

高田「少々お待ちください。」

中村「はい、中村です。お待たせしました。」

Sato: "This is Sato. Is Nakamura-san there?"／Sato: "Tôi là Sato, có Nakamura-san ở đó không ạ?"

Takada: "Just a moment, please."／Takada: "Vui lòng chờ một chút.

Nakamura: "Hello, this is Nakamura. Sorry to have kept you waiting."／Nakamura: "Vâng, Nakamura đây ạ. Xin lỗi đã để anh/chị phải chờ."

採点表 Scoresheet／Bảng tính điểm　N5 第2回

得点区分別得点 Scores by scoring section／Tính điểm theo từng phần riêng

言語知識（文字・語彙）Language Knowledge (Vocabulary)／Kiến thức Ngôn ngữ (Từ vựng)

大問 Question／Câu hỏi lớn	配点 Points／Thang điểm	正解数 Correct／Số câu đúng	得点 Score／Số điểm đạt được
問題1	1点×12問		/12
問題2	1点×8問		/8
問題3	1点×10問		/10
問題4	2点×5問		/10

言語知識（文法）・読解 Language Knowledge (Grammar)・Reading／Kiến thức Ngôn ngữ (Ngữ pháp)・Đọc hiểu

大問 Question／Câu hỏi lớn	配点 Points／Thang điểm	正解数 Correct／Số câu đúng	得点 score／Số điểm đạt được
問題1	1点×16問		/16
問題2	3点×5問		/15
問題3	4点×5問		/20
問題4	4点×3問		/12
問題5	6点×2問		/12
問題6	5点×1問		/5

言語知識（文字・語彙）・読解 合計 : /120

目標点：44点　基準点：38点

聴解 Listening／Nghe

大問 Question／Câu hỏi lớn	配点 Points／Thang điểm	正解数 Correct／Số câu đúng	得点 score／Số điểm đạt được
問題1	3点×7問		/21
問題2	3点×6問		/18
問題3	1.8点×5問		/9
問題4	2点×6問		/12

聴解 合計 : /60

目標点：22点　基準点：19点

総合得点 Total score／Tổng số điểm đạt được

第2回の目標点：90点　　合格点：80点

[公表されている基準点と合格点 The official sectional passing score and total passing score／Điểm chuẩn và điểm đậu được công bố]

※「基準点」は合格に必要な各科目の最低得点です。合計点が「合格点」の80点以上でも、各科目の点が一つでもこれを下回ると不合格になります。基準点（sectional passing score）is the minimum score required for passing a particular section. Examinees must achieve or exceed the sectional passing score for all sections to pass the JLPT.／"Điểm chuẩn" là điểm tối thiểu cần đạt được ở các môn để đậu. Dù tổng số điểm là "điểm đậu" 80 điểm trở lên đi nữa mà điểm các môn có một môn dưới điểm chuẩn này thì không đậu.

※配点は公表されていません。この模擬試験独自の設定です。The number of points awarded for each question is not officially announced. The points listed above are only for this practice test.／"Thang điểm" cho từng câu hỏi thi không được công bố. Đây là thiết lập riêng của bài thi thử này.

※「目標点」は合格するためにこの模擬試験で何点取る必要があるかを示したものです。通常は、本試験では模擬試験よりも低い点数になるので、公表されている基準点と合格点よりも高めに設定しています。また、総合得点の目標点は、回を重ねるごとに高くなっています。目標点（target scores）are the scores you need to get in this practice test to put yourself in position to pass the JLPT. The target scores have been set higher than the announced passing scores since scores in real tests tend to be lower than in practice tests. The target total score progressively rises for the three practice tests in this book.／"Điểm mục tiêu" là điểm thể hiện cần bao nhiêu điểm trong bài thi thử này để chắc chắn đậu kỳ thi thật. Thông thường, bài thi thật số có điểm thấp hơn bài thi thử nên điểm mục tiêu này được đặt cao hơn một chút so với điểm chuẩn và điểm đậu được công bố. Ngoài ra, điểm mục tiêu trong tổng số điểm đạt được sẽ dần cao lên ở mỗi lần làm bài thi thử.

かいとうようし　【ベスト模試 第2回】

N5 げんごちしき(もじ・ごい)

じゅけんばんごう
Examinee Registration
Number

なまえ
Name

〈ちゅうい Notes〉
1. くろいえんぴつ(HB、No.2)でかいてください。
　Use a black medium soft (HB or No.2) pencil.
　(ペンやボールペンではかかないでください。)
　(Do not use any kind of pen.)
2. かきなおすときは、けしゴムできれいにけして
　ください。
　Erase any unintended marks completely.
3. きたなくしたり、おったりしないでください。
　Do not soil or bend this sheet.
4. マークれい Marking Examples

よいれい Correct Example	わるいれい Incorrect Examples

もんだい 1

	1	2	3	4
1	①	②	③	④
2	①	②	③	④
3	①	②	③	④
4	①	②	③	④
5	①	②	③	④
6	①	②	③	④
7	①	②	③	④
8	①	②	③	④
9	①	②	③	④
10	①	②	③	④
11	①	②	③	④
12	①	②	③	④

もんだい 2

	1	2	3	4
13	①	②	③	④
14	①	②	③	④
15	①	②	③	④
16	①	②	③	④
17	①	②	③	④
18	①	②	③	④
19	①	②	③	④
20	①	②	③	④

もんだい 3

	1	2	3	4
21	①	②	③	④
22	①	②	③	④
23	①	②	③	④
24	①	②	③	④
25	①	②	③	④
26	①	②	③	④
27	①	②	③	④
28	①	②	③	④
29	①	②	③	④
30	①	②	③	④

もんだい 4

	1	2	3	4
31	①	②	③	④
32	①	②	③	④
33	①	②	③	④
34	①	②	③	④
35	①	②	③	④

N5 げんごちしき（ぶんぽう）・どっかい

じゅけんばんごう
Examinee Registration
Number

なまえ
Name

〈ちゅうい Notes〉

1. くろいえんぴつ(HB、No.2)でかいてください。
   Use a black medium soft (HB or No.2) pencil.
   (ペンやボールペンではかかないでください。)
   (Do not use any kind of pen.)

2. かきなおすときは、けしゴムできれいにけして
   ください。
   Erase any unintended marks completely.

3. きたなくしたり、おったりしないでください。
   Do not soil or bend this sheet.

4. マークれい Marking Examples

よいれい Correct Example	わるいれい Incorrect Examples
●	⊘ ⊗ ◯ ◑ ⦵ ⊖

もんだい1

1	①	●	③	④
2	①	●	③	④
3	●	②	③	④
4	①	②	③	④
5	①	●	③	④
6	①	●	③	④
7	●	②	③	④
8	●	②	③	④
9	●	②	③	④
10	①	②	●	④
11	①	②	●	④
12	①	②	●	④
13	●	②	③	④
14	●	②	③	④
15	①	②	●	④
16	①	②	③	●

もんだい2

17	①	②	③	●
18	①	②	③	●
19	①	②	③	●
20	①	●	③	④
21	①	●	③	④

もんだい3

22	①	●	③	④
23	①	②	●	④
24	①	②	③	●
25	①	●	③	④
26	①	●	③	④

もんだい4

27	①	②	③	④
28	①	②	③	●
29	①	②	③	●

もんだい5

30	①	●	③	④
31	①	●	③	④

もんだい6

32	①	②	③	④

【ベスト模試 第2回】

かいとうようし

N5 ちょうかい

じゅけんばんごう
Examinee Registration
Number

なまえ
Name

〈ちゅうい Notes〉

1. くろいえんぴつ(HB、No.2)でかいてください。
Use a black medium soft (HB or No.2) pencil.
(ペンやボールペンではかかないでください。)
(Do not use any kind of pen.)
2. かきなおすときは、けしゴムできれいにけして ください。
Erase any unintended marks completely.
3. きたなくしたり、おったりしないでください。
Do not soil or bend this sheet.
4. マークれい Marking Examples

よいれい Correct Example	わるいれい Incorrect Examples

もんだい1

れい	①	●	③	④
1	①	②	③	●
2	①	②	③	●
3	●	②	③	④
4	①	●	③	④
5	①	②	●	④
6	①	②	③	●
7	①	②	③	●

もんだい2

れい	①	●	③	④
1	①	●	③	④
2	●	②	③	④
3	①	②	③	●
4	①	②	③	●
5	①	②	●	④
6	①	②	③	●

もんだい3

れい	●	②	③
1	①	②	●
2	①	②	●
3	●	②	③
4	①	●	③
5	●	②	③

もんだい4

れい	①	●	③
1	●	②	③
2	①	②	●
3	①	●	③
4	●	②	③
5	①	②	●
6	①	②	●

N5 第3回 模擬試験

N5 Practice Test 3
N5 Bài thi thử lần 3

解答と解説
Answers and Comments
Đáp án và Giải thích

言語知識（文字・語彙）
Language Knowledge (Vocabulary)／Kiến thức Ngôn ngữ (Từ vựng)

問題1（漢字読み *Kanji* reading／Đọc Kanji）

1 答え 1

ビザを<u>取</u>りました。I have gotten a visa.／Tôi đã lấy visa.

辞 取る get; take; take off／lấy

【取】シュ・と-れる／と-る 例 家の中で帽子を取る take off one's hat inside the house／Ở trong nhà thì lấy (cởi) nón ra.

2 借りました 辞 借りる borrow／mượn ⇔ 貸す
3 降／下りました 辞 降／下りる get off; go down／xuống (tàu, xe); đi xuống
4 切りました 辞 切る cut／cắt

2 答え 4

コンビニの<u>左</u>にパン屋があります。There is a bakery to the <u>left</u> of the convenience store.／Bên trái cửa hàng tiện lợi có tiệm bánh mì.

【左】サ・ひだり 例 左右 left and right／trái phải 左側 left side／bên trái

1 前 in front; before／phía trước
2 後ろ behind, after／phía sau
3 右 right／bên phải

3 答え 2

今日は<u>寒</u>いですね。It's <u>cold</u> today, isn't it?／Hôm nay lạnh nhỉ.

【寒】カン・さむ-い

1 暑い hot／nóng ⇔ 寒い
3 暖かい warm／ấm
4 明るい bright／sáng sủa, tươi vui ⇔ 暗い

4 答え 3

<u>高校</u>を卒業しました。I graduated from <u>high school</u>.／Tôi đã tốt nghiệp PTTH.

【高】コウ・たか-い 例 最高 best／tuyệt vời, tối cao 高い high／cao, đắt 円高 strong yen／tiền yên cao
【校】コウ 例 学校 school／trường học
❗「こうこう」：「う」がある

5 答え 1

誕生日は<u>四月八日</u>です。My birthday is <u>April 8</u>.／Sinh nhật tôi là ngày 8 tháng 4.

❗ 読み方 Reading／Cách đọc

【四】四月：しがつ 四回：よんかい 四人：よにん 四日：よっか
【八】八日：ようか 八人：はちにん 八千円：はっせんえん

6 答え 2

<u>土曜日</u>に来てください。Come on <u>Saturday</u>, please.／Hãy đến vào thứ bảy.

【土】ド・ト・つち 例 土地 land／đất đai 土 soil／đất
❗「どようび」：「う」はない。「と」ではない。

1 日曜日 Sunday／chủ nhật
3 月曜日 Monday／thứ hai
4 火曜日 Tuesday／thứ ba

7 答え 1

駅の<u>南口</u>を出ました。I went out the <u>south exit</u> of the station.／Tôi đã ra khỏi cửa nam của nhà ga.

南口 south exit/entrance／cửa nam

【南】ナン・みなみ 例 東西南北 north, south, east and west; all directions／đông tây nam bắc
【口】コウ・くち 例 人口 population／dân số 出口 exit／cửa ra 入口 entrance／cửa vào 口 mouth／cái miệng

2 北口 north exit/entrance／cửa bắc
3 東口 east exit/entrance／cửa đông

4 西口 west exit/entrance／cửa tây

8 答え **3**

空港に着きました。I arrived at the airport.／Tôi đã đến sân bay.

【空】クウ・そら・から・あ-く　例 空 sky／bầu trời　青空 blue sky／bầu trời xanh　空 empty／chỗ trống　空く become empty／trống, vắng

【港】コウ・みなと　例 港町 port town／phố cảng

❗「くうこう」:「う」がある

1 学校 school／trường học
2 大学 university／đại học
4 会社 company／công ty

9 答え **4**

赤いセーターを着ます。I will wear the red sweater.／Tôi sẽ mặc cái áo len đỏ.

【赤】セキ・あか-い　例 赤色 red／màu đỏ

1 黒い black／đen
2 白い white／trắng
3 青い blue／xanh dương

10 答え **1**

今、九時です。It's 9 o'clock now.／Bây giờ là 9 giờ.

❗読み方 Reading／Cách đọc

【九】九回：きゅうかい　九千：きゅうせん
十九日：じゅうくにち　九日：ここのか

11 答え **2**

米をたくさん食べます。I eat a lot of rice.／Tôi ăn nhiều cơm (gạo).

【米】ベイ・マイ・こめ　例 日米 Japan and the USA／Nhật – Mỹ　米 rice／gạo

1 魚 fish／cá
3 豆 bean／đậu
4 肉 meat／thịt

12 答え **1**

会社に来ます。I come to the office.／Tôi sẽ đến công ty.

辞 来る　❗読み方 Reading／Cách đọc「来ない」

【来】ライ・く-る　例 来年 next year／năm sau　来週 next week／tuần sau　来日（する）coming to Japan／đến Nhật

2 います　辞 いる stay; be／ở, có
3 行きます　辞 行く go／đi
4 置きます　辞 置く put／đặt, để

問題2（表記 Orthography／Chính tả）

13 答え **2**

ドアを開けてください。Open the door, please.／Hãy mở cửa.

辞 開ける 【開】カイ　あ-く／あ-ける　例 開始（する）begin／bắt đầu

1【閉】ヘイ・し-まる／し-める　例　ドアを閉める close the door／đóng cửa
3【間】カン・マ・あいだ　例 AとBの間 between A and B／giữa A và B　〜する間 during 〜／trong lúc làm 〜
4【門】モン　例 門 gate／cổng

※この4つの漢字は、「門」がある。All four of these kanji have 門 in them.／4 chữ Hán này có bộ thủ "門 (môn)".

14 答え **1**

水を飲みます。I drink water.／Tôi uống nước.

【水】スイ・みず　例 水泳 swimming／bơi lội　水曜日 Wednesday／thứ tư　飲み水 drinking water／nước uống

❗「水」と「氷」と「永」

2【氷】こおり　例 氷 ice／đá, băng đá
3【永】エイ
4【木】モク・き　例 木曜日 Thursday／thứ năm　木 tree／cái cây, cây cối

15 答え **4**

午前10時に始まります。It begins at 10 o'clock in the morning.／Sẽ bắt đầu lúc 10 giờ sáng.

【午】ゴ　例 午後 afternoon／buổi chiều
【前】ゼン・まえ　例 前後 around; before and after／

trước sau　駅前 in front of the station／trước nhà ga

❗「午」と「牛」

1・3【牛】ギュウ・うし　例 牛肉 beef／thịt bò
牛 cow／con bò

1・2【則】ソク

16　答え　3

ワインが好きです。I like wine.／Tôi thích rượu vang.

❗「ワ(わ)・ウ(う)」「ン(ん)・ソ(そ)」

17　答え　3

大切な漢字を覚えましょう。Let's memorize important kanji.／Hãy ghi nhớ những chữ Hán quan trọng.

【大】ダイ・タイ・おお-きい　例 大学 university／đại học　大変(な) tough／vất vả　大きい big／lớn, to

【切】セツ・き-れる／き-る　例 親切(な) kind／tử tế　切る cut／cắt　切手 stamp／tem

❗「刀」と「力」

1【刀】かたな　例 刀 sword／con dao

2【力】リキ・リョク・ちから　例 体力 physical strength／thể lực　力 power／sức mạnh

4【分】ブン・フン・わ-ける　例 自分 oneself／bản thân　分ける divide／chia ra

18　答え　4

今週テストがあります。We have a test this week.／Tuần này có bài kiểm tra.

【今】コン・いま　例 今月 this month／tháng này　今 now／bây giờ

【週】シュウ　例 週末 weekend／cuối tuần

1 先日 the other day／ngày trước, hôm trước

2 先週 last week／tuần trước

3 今日 today／hôm nay

19　答え　1

手を見せてください。Let me see your hands.／Hãy cho tôi xem tay.

【手】シュ・て　例 運転手 driver／tài xế　右手 right hand／tay phải

2 足 foot／chân

3 耳 ear／tai

4 首 neck／cổ

20　答え　2

この靴は安いです。These shoes are cheap.／Đôi giày này rẻ.

【安】アン・やす-い　例 安全(な) safe／an toàn　円安 weak yen／tiền yên rẻ

1【客】キャク　例 客が家に来る a guest comes to my home／khách đến nhà

3【守】シュ・まも-る　例 決まりを守る obey the rules／tuân theo qui định　時間を守る be on time／đúng giờ　約束を守る keep a promise／giữ lời hứa

4【穴】あな　例 穴 hole／cái lỗ

※この4つの漢字は上に「宀」(「家」の意味)がある。All four of these kanji have 宀 (meaning "house") at their top.／4 chữ Hán này có bộ thủ "宀 (miên)" (có nghĩa là "nhà") ở phía trên.

問題3（文脈規定 Contextually-defined expressions／Quy định ngữ cảnh）

21　答え　3

友達と映画を(見て)、ご飯を食べました。I watched a movie and ate dinner with my friend.／Tôi đã xem phim và ăn cơm với bạn.

辞 見る watch; see; look／xem, nhìn, thấy　例 テレビを見る watch TV／xem tivi　先生が学生の作文を見る the teacher looks at the student's essay／Giáo viên xem bài tập làm văn của học sinh

1 して　辞 する do／làm

2 読んで　辞 読む read／đọc

4 来て　辞 来る come／đến

22　答え　1

先生が(話)をしますから、よく聞いてください。The teacher is going to talk, so please listen carefully.／Thầy / Cô sẽ nói chuyện nên hãy lắng nghe kỹ.

話（をする）

2 仕事（する）work／công việc

3 食事（する）dining／bữa ăn

4 料理（する）cooking／món ăn

23 答え 2

切手を買いますから、（郵便局）に行きます。I'm going to buy some stamps, so I'll go to the post office.／Tôi sẽ mua tem nên sẽ đi bưu điện.

1 駅 train station／nhà ga

3 病院 hospital／bệnh viện

4 銀行 bank／ngân hàng

24 答え 4

冬はときどき（雪）が降ります。It sometimes snows in winter.／Mùa đông thỉnh thoảng tuyết rơi.

1 風（が吹く）wind blows／gió thổi

2 空 sky／bầu trời

3 雲 cloud／mây

25 答え 1

肉を200（グラム）買いました。I bought 200 grams of beef.／Tôi đã mua 200 gờ-ram thịt.

2 ～センチ（センチメートル）~ centimeters／xen-ti-mét

3 ～冊 (counter for books, magazines, etc.)／~ quyển: Sử dụng khi đếm sách hay tạp chí.

4 ～本 (counter for pens, umbrellas, and other long objects)／~ cây, ~ cái: Sử dụng khi đếm vật dài như cây bút, cây dù v.v.

26 答え 3

今、（アパート）に住んでいます。I live in an apartment now.／Bây giờ tôi sống ở căn hộ.

1 レストラン restaurant／nhà hàng

2 コンビニ convenience store／cửa hàng tiện lợi

4 デパート department store／cửa hàng bách hóa

27 答え 2

子供の時、（毎晩）ゲームをしていました。I played games every night when I was a child.／Khi còn nhỏ, tôi chơi game mỗi tối.

毎～ every ~／mỗi ~, hằng ~ 例 毎日 every day／mỗi ngày 毎朝 every morning／mỗi sáng

1 今晩 tonight／tối nay

3 おととい the day before yesterday／hôm kia

4 あさって the day after tomorrow／ngày mốt

28 答え 4

あの人は有名です。みんな（知っています）。He is famous. Everyone knows him.／Người kia nổi tiếng. Mọi người đều biết.

知っています／知っている know／biết 辞 知る get to know／biết

❗「知っています／知っている」は、このまま一つの言葉として覚えよう。Memorize 知っています／知っている as a single expression.／Hãy ghi nhớ "知っています／知っている" nguyên vẹn như là một từ.

1 折っています 辞 折る fold／bẻ, gập

2 打っています 辞 打つ hit; type／đánh

3 立っています 辞 立つ stand／đứng

29 答え 2

マイさんはまだ19歳です。（若い）ですね。Mai-san is still 19 years old. She is so young, isn't she?／Mai-san mới 19 tuổi. Còn trẻ nhỉ.

若い ⇔ 年を取っている old; elderly／già, có tuổi

1 丸い round／tròn cf. 四角い square／vuông 三角の triangular／tam giác

3 軽い light／nhẹ ⇔ 重い

4 短い short／ngắn ⇔ 長い

30 答え 4

5（足す）10は15です。Five plus ten equals fifteen.／5 cộng 10 bằng 15.

1 かける times／nhân

2 割る divided by／chia

3 引く minus／trừ

問題4（言い換え類義
Paraphrases／Cụm từ thay thế)

31 答え 2

私^{わたし}はよく散歩^{さんぽ}します。I often take a walk.／Tôi thường đi dạo.

＝私^{わたし}はよく外^{そと}を歩^{ある}きます。I often walk outside.／Tôi thường đi bộ ở ngoài.

1 私^{わたし}はよく音楽^{おんがく}を聴^ききます。I often listen to music. ／Tôi thường nghe nhạc.

3 私^{わたし}はよく家^{いえ}で勉強^{べんきょう}します。I often study at home. ／Tôi thường học ở nhà.

4 私^{わたし}はよく友達^{ともだち}と遊^{あそ}びます。I often play with friends.／Tôi thường chơi với bạn.

32 答え 4

レイさんはアランさんにピアノを習^{なら}いました。 Ray-san learned how to play the piano from Alan-san.／ Ray-san đã học piano từ Alan-san.

＝アランさんはレイさんにピアノを教^{おし}えました。 Alan-san taught Ray-san how to play the piano.／Alan-san đã dạy piano cho Ray-san.

1 レイさんはアランさんにピアノをもらいました。 Ray-san received a piano from Alan-san.／Ray-san đã nhận piano từ Alan-san

2 アランさんはレイさんにピアノをもらいました。 Alan-san received a piano from Ray-san.／Alan-san đã nhận piano từ Ray-san.

3 レイさんはアランさんにピアノを教^{おし}えました。 Ray-san taught Alan-san how to play the piano.／Ray-san đã dạy piano cho Alan-san.

33 答え 2

今朝^{けさ}7時^じにご飯^{はん}を食^たべました。I ate breakfast at 7 o'clock this morning.／Sáng nay tôi đã ăn cơm lúc 7 giờ.

＝今日^{きょう}の朝^{あさ} this morning／buổi sáng của ngày hôm nay

1 今日^{きょう}の夜^{よる} tonight／buổi tối hôm nay

3 昨日^{きのう}の夜^{よる} last night／buổi tối hôm qua

4 昨日^{きのう}の朝^{あさ} yesterday morning／buổi sáng hôm qua

34 答え 4

隣^{となり}の部屋^{へや}はうるさいです。The room next door is noisy.／Phòng bên cạnh ồn ào.

＝隣^{となり}の部屋^{へや}から大^{おお}きい音^{おと}が聞^きこえます。I hear a lot of loud noise from the room next door.／Có thể nghe tiếng động lớn từ phòng bên cạnh.

1 隣^{となり}の部屋^{へや}は窓^{まど}がたくさんあります。The room next door has many windows.／Phòng bên cạnh có nhiều cửa sổ.

2 隣^{となり}の部屋^{へや}は窓^{まど}が少^{すく}ないです。The room next door has few windows.／Phòng bên cạnh có ít cửa sổ.

3 隣^{となり}の部屋^{へや}から全然^{ぜんぜん}音^{おと}が聞^きこえません。I don't hear any sounds from the room next door.／Hoàn toàn không nghe được tiếng động từ phòng bên cạnh.

35 答え 3

国^{くに}に兄^{あに}と姉^{あね}がいます。I have an older brother and an older sister back in my country.／Tôi có anh và chị ở quê nhà.

＝兄弟^{きょうだい} brother(s)/siblings／anh chị em　※「兄弟^{きょうだい}」は姉^{あね}や妹^{いもうと}も含^{ふく}む。兄弟^{きょうだい} can mean either brothers or siblings (brothers and sisters).／"兄弟" bao gồm cả chị và em gái.

1 子供^{こども} child／con, trẻ em

2 友達^{ともだち} friend／bạn

4 両親^{りょうしん} parents／cha mẹ

言語知識（文法）・読解

Language Knowledge (Grammar) · Reading／Kiến thức Ngôn ngữ (Ngữ pháp) - Đọc hiểu

1　答え　3

来月、両親（と）一緒に旅行をします。I'm going on a trip with my parents next month.／Tháng tới, tôi sẽ đi du lịch cùng với bố mẹ.

2　答え　1

国へ帰る前の日（に）お土産を買いました。I bought some souvenirs on the day before I went back to my country.／Tôi đã mua quà vào ngày trước khi về nước.

～に on/at/in ～／vào, vào lúc ～：年月日や時間など、時を表す助詞 Particle used to indicate the day, month, year, or time an action occurs.／Trợ từ diễn tả thời gian như ngày, tháng, năm, giờ v.v.　例 私は3月20日に生まれました。I was born on March 20.／Tôi được sinh ra vào ngày 20 tháng 3.　授業は9時に始まります。Class starts at 9 o'clock.／Giờ học bắt đầu vào lúc 9 giờ.

cf. 助詞「～に」のその他の使い方 Other uses of ～に／Cách sử dụng khác của trợ từ "に"

存在の場所 Location of existence／nơi tồn tại　例 教室に生徒がいます。There are students in the classroom.／Ở trong phòng học có học sinh.　部屋にベッドがあります。There's a bed in the room.／Ở trong phòng có cái giường.

移動の到着点 Destination of movement／nơi đến khi di chuyển　例 空港に着きます I arrive at the airport.／Đến sân bay.　いすに座ります We sit in chairs.／Ngồi xuống ghế.

動作が向かう相手 Recipient of action／đối phương mà động tác hướng đến　例 友達にお土産を渡します。I will give a souvenir to my friend.／Tôi trao quà cho người bạn.　友達に会います I meet my friends.／Tôi

sẽ gặp người bạn.

3　答え　4

図書館（で）本を読みました。I read a book at the library.／Tôi đã đọc sách ở thư viện.

～で：「～」は何かをする場所 ～ indicates the location where the action takes place／"～" là nơi làm cái gì đó　例 レストランで食事をします。We will eat at a restaurant.／Dùng bữa tại nhà hàng.

4　答え　2

12時（から）1時まで昼休みです。Lunch break is from 12:00 to 1:00.／Nghỉ trưa từ 12 giờ đến 1 giờ.

AからBまで：A＝始まる時間・場所 starting time/place／thời gian - địa điểm bắt đầu　B＝終わる時間・場所 ending time/place／thời gian - địa điểm kết thúc　例 小学校から高校まで、一日も休みませんでした。I never missed a day of school from elementary school to high school.／Tôi đã không nghỉ ngày nào từ tiểu học đến trung học phổ thông.　家から学校まで、走って行きました。I ran from home to school.／Tôi đã chạy từ nhà đến trường.

5　答え　4

このケーキは母（が）作りました。My mother made this cake.／Cái bánh kem này là mẹ tôi làm.

～が：主語を表す助詞 particle indicating the subject／trợ từ chỉ chủ ngữ　例 「誰が来ましたか。」「ジョーさんが来ました。」"Who came?" "Joe-san came."／"Ai đã đến vậy?" "Anh Joe đã đến."

6　答え　2

ハンバーグセットにパン（か）ご飯がつきます。The hamburg steak set comes with bread or rice.／Có bánh mì hoặc cơm đi kèm với sét hăm-bơ-gơ.

AかB　例 バスか地下鉄で学校に行きます。They

go to school by bus or the subway./Tôi đi học bằng xe buýt hoặc tàu điện ngầm.

7 　答え　3

冷蔵庫の中に牛乳（や）卵（や）ジュースなどがあります。There are milk, eggs, juice, and other things in the refrigerator./Trong tủ lạnh có sữa, trứng và nước trái cây v.v.

～や～や～など：いくつかのものを並べて言う時に使う。This pattern is used to enumerate several items./Sử dụng khi liệt kê nhiều thứ để nói.　例 動物園で、ゾウやライオンやサルなどを見ました。We saw elephants, lions, monkeys, and other animals at the zoo./Tôi đã xem voi, sư tử, và khỉ v.v. trong sở thú.

8 　答え　1

中町はにぎやか（で）おもしろい所です。Nakamachi is a lively and fun place./Nakamachi là một nơi nhộn nhịp và thú vị.

にぎやかで：ナ形容詞「にぎやかな」のテ形 te-form of na-adjective にぎやかな/thể Te của tính từ loại Na "にぎやか"

にぎやかでおもしろい＝にぎやか＋おもしろい

9 　答え　2

（その）かさは誰のですか。Whose umbrella is that?/Cái dù đó là của ai?

※１～４の中で名詞の前に来るものは「その」。Of the four choices, その is the only one that can directly precede a noun./Từ 1～4, từ đi trước danh từ là "その".

10 　答え　1

昨日見た映画は（どう）でしたか。How was the movie you saw yesterday?/Bộ phim (đã) xem hôm qua thế nào?

どう　例 日本語の勉強はどうですか。How's your study of Japanese going?/Việc học tiếng Nhật thế nào?

11 　答え　4

今日は楽しかったですね。（また）会いましょう。

Today was fun, wasn't it? Let's get together again./Hôm nay (đã) vui nhỉ. Lại gặp nhau nữa nhé.

また　例 お国へ帰りますか。また日本へ来てください。You're going back to your country? Please come to Japan again./Bạn sẽ về nước à? Lại đến Nhật nữa nhé.

❗「まだ」と「また」

例（朝から雨。今もずっと雨。）まだ雨が降っています。(It has been raining all day since morning.) It's still raining./(Mưa từ sáng. Bây giờ cũng mưa suốt.) Trời vẫn đang mưa.　（昨日も雨。今日も雨。）また雨が降っています。(It rained yesterday, and is raining again today.) It's raining again./(Hôm qua cũng mưa. Hôm nay cũng mưa.) Trời lại mưa.

12 　答え　3

今度の会議は（いつ）ですか。When is the next meeting?/Cuộc họp lần tới là khi nào?

いつ　例「いつ国へ帰りますか。」「来週帰ります。」"When will you go back to your country?" "Next week."/"Khi nào bạn về nước?" "Tuần tới tôi sẽ về."

13 　答え　2

風邪を（ひいて）会社を休みました。I took off work because I caught a cold./Tôi bị cảm nên đã nghỉ làm.

～て：理由、原因　例 薬を飲んで、よくなりました。I got better after taking some medicine./Tôi uống thuốc nên đã khá lên.　漢字が難しくて、わかりません。I don't understand kanji because they're hard./Chữ Hán khó nên tôi không hiểu.

ひく⇒ひいて　※「～く・～ぐ」⇒「～いて・～いで」　例 書く⇒書いて　泳ぐ⇒泳いで　❗行く⇒行って

14 　答え　2

私の父はあまり（元気じゃ）ありません。My father isn't feeling very well./Bố tôi không khỏe lắm.

※ナ形容詞のナイ形は、「～じゃない／～ではない」「～じゃありません／～ではありません」

The nai-forms of na-adjectives are ～じゃない／～ではない and ～じゃありません／～ではありません。/Thể Nai (phủ định) của tính từ loại Na là "～じゃない／～ではない", "～

じゃありません／～ではありません"

例 私のクラスはあまり静かじゃありません。My class isn't very quiet.／Lớp của tôi không yên tĩnh cho lắm.

15 答え 1

ここに車を(とめないで)ください。Please don't park your car here.／Vui lòng không đỗ xe ở đây.

～ないでください 例 教室で食べ物を食べないでください。Please don't eat food in the classroom.／Vui lòng không ăn đồ ăn trong lớp học.

16 答え 3

コーヒーとドーナツ、(お願いします)。I'd like a coffee and a doughnut.／Cho tôi cà phê và bánh donut.

※店で注文する時は、「～(を)お願いします」を使う。～(を)お願いします is used to order at shops and restaurants.／Khi gọi món trong quán thì sử dụng "～ (を)お願いします".

問題2(文の文法2(文の組み立て)
Sentential grammar 2 (Sentence composition)
Ngữ pháp của câu (Ghép câu))

🧩 文の組み立て方 Sentence construction
Cách ghép câu

17 答え 2

あそこにある赤いかさは私の です。
That red umbrella over there is mine.／Cái dù đỏ ở đó là của tôi.

🧩 あそこにある [赤いかさ]

18 答え 1

これは20歳の誕生日に もらった 時計です。
This is the watch I got for my 20th birthday.／Đây là cái đồng hồ tôi được tặng vào ngày sinh nhật 20 tuổi.

🧩 20歳の誕生日にもらった [時計]

---

19 答え 4

食事の あとの コーヒーは 本当に おいしいです ね。
A cup of coffee really tastes good after a meal.／Cà phê sau bữa ăn thật sự ngon nhỉ.

🧩 [食事のあとのコーヒー]

20 答え 1

昔本屋が あった 所 に 今は カフェがあります。
There's a café now in the place where the bookstore used to be a long time ago.／Ở chỗ ngày xưa là tiệm sách bây giờ có tiệm cà phê.

🧩 [昔本屋があった 所] に

21 答え 3

明日は友達 と 映画 を 見に 行く 約束をしました。
I have plans to go see a movie with a friend tomorrow.／Tôi đã hứa sẽ đi xem phim với người bạn ngày mai.

🧩 [映画を見に行く 約束] を

問題3(文章の文法
Text grammar／Ngữ pháp của đoạn văn)

22 答え 2

いろいろな国のことを知っていたことの理由なので、「だから」を選ぶ。
だから is the right choice because the writer is stating the reason for knowing about all sorts of countries.／Vì là lý do biết về nhiều nước khác nhau nên chọn "だから".

23 答え 3

24 答え 1

25 答え 4

26 答え 2

第3回 言語知識(文字・語彙) 言語知識(文法)・読解 聴解

私の父はよく外国で仕事をしていました。だからいろいろな国のことを知っていました。外国へ行った時はいつもお土産を買って帰りました。そのお土産を見て、私もその国へ行きたいと思いました。

父は、私が小さい時、日本へも来ました。日本のお土産は人形とおかしでした。人形はきれいな着物を着ていました。今も国の私の部屋にあります。おかしはあまくておいしかったです。

私は今日本にいます。日本で仕事をしています。今度の休みに国へ帰ります。（私は）お土産に何を買うか、今、考えています。

My father often worked abroad. So, he was familiar with all sorts of countries. Whenever he went abroad, he would always bring back souvenirs. When I saw the souvenirs, I thought it would be nice to travel to the countries they came from.

When I was little, my father went to Japan. The souvenirs he brought back from Japan were a doll and sweets. The doll was dressed in a beautiful kimono. It is still in my room back home. The sweets were sweet and tasty.

Now, I'm in Japan. I work in Japan. I will go back to my country during the upcoming vacation. I'm now thinking about what souvenirs I should buy.

Cha của tôi thường làm việc ở nước ngoài. Vì vậy, cha biết về nhiều nước khác nhau. Khi đi nước ngoài, ông lúc nào mua quà về. Nhìn những món quà đó, tôi đã nghĩ mình cũng muốn đi đến nước đó.

Cha tôi cũng đã đến Nhật khi tôi còn nhỏ. Quà Nhật là búp bê và bánh. Búp bê mặc kimono rất đẹp. Bây giờ nó vẫn ở trong phòng của tôi. Bánh thì ngọt và ngon.

Bây giờ tôi ở Nhật. Tôi đang làm việc tại Nhật. Kỳ nghỉ sắp tới tôi sẽ về nước. Bây giờ, tôi đang suy nghĩ sẽ mua quà gì.

問題4（内容理解（短文））
Comprehension (Short passages)
Hiểu nội dung (đoạn văn ngắn)

📝 答えに関係する文 Sentences associated with the answer
Câu có liên quan với câu trả lời

📖 理解のポイント Comprehension strategies
Điểm quan trọng để hiểu

27 答え 2

📝「今日は8時に起きました」I woke up at 8 o'clock today./"Hôm nay tôi đã thức dậy lúc 8 giờ."

📖「今日は」に注意。Note that the question focuses on 今日は./Lưu ý "今日は".

28 答え 3

📝「皆さんは自分の国のあいさつの言葉を高校生に教えてください。」

"Please teach the high school students the greetings used in your countries."/"Mọi người hãy chỉ cho học sinh trung học phổ thông câu chào của nước mình."

29 答え 4

📝「計算書をジャンさんにメールで送ってください。」"Please email the financial statement to Jiang-san."/"Hãy gửi bản kế toán cho Jiang-san qua e-mail."

問題5（内容理解（中文））
Comprehension (Mid-size passages)
Hiểu nội dung (đoạn văn vừa)

【要約 Summary／tóm tắt】

国に帰る日の朝は忙しかったです。朝6時に家を出ましたから、家で朝ご飯を食べませんでした。空港でチェックインをしてから、お弁当を買って食べました。レストランで食べる時間はありませんでしたから。国の空港に着いてすぐ家族に電話をしました。両親はもう空港で私を待っていました。

I was very busy on the morning of the day I went

back to my country. I left home at 6 a.m., so I didn't eat breakfast at home. After I checked in at the airport, I bought a boxed meal and ate it. I didn't have time to eat at a restaurant. I called my family right after I arrived at the airport in my country. My parents were already waiting for me at the airport./Buổi sáng ngày về nước thật bận rộn. Vì sáng 6 giờ đã ra khỏi nhà nên tôi không ăn sáng ở nhà. Sau khi làm thủ tục lên máy bay tại sân bay, tôi đã mua cơm hộp để ăn. Tôi không có thời gian để ăn ở nhà hàng. Sau khi đến sân bay nước mình, tôi đã gọi điện cho gia đình ngay. Bố mẹ đã chờ tôi ở sân bay.

| 30 | 答え 4 |

| 31 | 答え 1 |

🔊 国の空港に着いてすぐ家族に電話をしました。

"I called my family right after I arrived at the airport in my country."/"Sau khi đến sân bay nước mình, tôi đã gọi điện cho gia đình ngay."

「すぐ」があるので、これが初めにしたこと。

The すぐ tells us that this was the first thing the writer

did./Vì có "すぐ" nên đây là việc đã làm đầu tiên.

問題6（情報検索 Information retrieval／Tìm kiếm thông tin）

| 32 | 答え 3 |

ソンさんは、家族で北山公園の「おいしいものフェスティバル」に行きたいと思っています。ソンさんはステーキかカレーが食べたいです。おいしいビールも飲みたいです。息子はカレーが食べたいと言っています。でも、奥さんはパンとチーズが食べたいと言います。いつ行くといいでしょうか。

Son-san wants to go with his family to Kitayama Park's food festival. He wants to eat steak or curry, and wants to drink good beer. His son says he wants to eat curry. However, his wife says she wants to eat bread and cheese. When should they go?／Anh Son muốn cả gia đình đi đến "Lễ hội món ngon" ở công viên Kitayama. Anh Son muốn ăn bít-tết hoặc cà-ri. Anh cũng muốn uống bia ngon. Con trai anh nói muốn ăn cà-ri. Nhưng, vợ anh nói muốn ăn bánh mì với phô-mai. Gia đình anh nên đi khi nào?

月・日		やっている店
9月10日〜13日	ステーキ	日本の おいしい 牛肉が いっぱい。
	ラーメン	ゆうめいな ラーメン屋が 集まります。
9月13日〜14日	パン	今 にんきの パンやが 大集合。
	チーズ	パンと いっしょに どうぞ。
	コーヒー	ブラジル、ベトナムなどの コーヒーが 飲めます。
9月14日〜16日	カレー	日本、インド、タイなど、いろいろな 国の カレーが 食べられます。
9月10日〜16日	ワイン	日本や 外国の ワインが いっぱい。
	ビール	せかいの ビールが 飲めます。
	日本酒	いろいろな 地方の お酒が 楽しめます。

♪ 理解のポイント Comprehension strategies／Điểm quan trọng để hiểu
🔑 ヒントになる言葉 Words that serve as clues／Từ trở thành gợi ý
❤ 役立つ言葉 Handy expressions／Những từ có ích

問題1（課題理解 Task-based comprehension／Hiểu vấn đề）

例 ♬ BPT_N5_3_04

日本語学校で先生と男の学生が話しています。男の学生は明日何時に学校に来ますか。

F：ジョンさん、明日、スピーチの練習をします。朝、いいですか。

M：はい、大丈夫です。何時に始めますか。

F：そうですねえ。8時半か9時はどうですか。授業は9時半からですから。

M：わかりました。たくさん練習したいですから、8時半に来ます。

F：はい、では、明日。頑張りましょう。

男の学生は明日何時に学校に来ますか。

答え　2

1番 ♬ BPT_N5_3_05

駅で女の人と男の人が話しています。女の人はどこへ行きますか。

F：すみません。郵便局はどこですか。

M：はい、駅を出てまっすぐ行くと、交差点があります。その交差点を渡ってください。左側の角に、銀行があります。

F：左側の角ですね。

M：はい。郵便局は、その銀行の先にあります。銀行とスーパーマーケットの間です。

F：わかりました。ありがとうございます。

女の人はどこへ行きますか。

答え　3

駅を出てまっすぐ行くと、交差点があります。その交差点を渡ってください。Go straight out of the station and you'll come to an intersection. Cross that intersection.／Hễ ra khỏi nhà ga, đi thẳng thì có giao lộ. Hãy băng qua giao lộ đó.

左側の角に、銀行があります。There will be a bank on the corner to the left.／Góc bên trái có ngân hàng.

郵便局は、その銀行の先にあります。銀行とスーパーマーケットの間です。The post office is just past the bank. It's between the bank and a supermarket.／Bưu điện ở trước ngân hàng đó. Giữa ngân hàng và siêu thị.

🔑 まっすぐ行く　交差点を渡る　左側／右側の角　〜の先　〜と…の間

2番 ♬ BPT_N5_3_06

デパートで男の人と店の人が話しています。男の人はどれを買いますか。

M：このカップ、いいですね。四角い形が、珍しいですね。

F：ええ、大きいのと小さいのがあります。

M：ああ、大きいほうがいいですねえ。

F：丸いタイプもあります。これです。

M：そうですねえ。でも、丸いのはたくさん持っていますから、こっちにします。

F：じゃあ、こちらですね。ありがとうございます。

男の人はどれを買いますか。

答え　1

四角い形が、珍しいですね。It's unusual to see one with a square shape.／Hình dáng vuông vắn lạ nhi.

大きいのと小さいのがあります。We have a large one and a small one.／Có cái nhỏ và cái lớn.

丸いのはたくさん持っていますから、こっちにします。I already have a bunch of round ones, so I'll take this.／
Tôi có nhiều cái tròn rồi nên quyết định chọn cái này.

💡 四角い＝□　丸い＝○

❤ こっち　〜にします

3番 ♬ BPT_N5_3_07

会社で男の人と女の人が話しています。女の人は何を男の人にわたしますか。

M：すみません、その引き出しに、文房具がありますか。

F：はい。何がいりますか。

M：のりはありますか。

F：のりですね。はい。あと、はさみやボールペンは、どうですか。

M：あ、ボールペンはいいです。はさみ、お願いします。

F：はい、じゃ、どうぞ。

女の人は何を男の人にわたしますか。

答え　2

女の人は何を男の人にわたしますか。What will the woman hand to the man?／Người phụ nữ đưa cái gì cho
người đàn ông?

その引き出しに、文房具がありますか。Are there any office supplies in the drawer?／Trong ngăn kéo đó có văn
phòng phẩm không?

何がいりますか。What do you need?／Anh cần cái gì?

ボールペンはいいです。はさみ、お願いします。I don't need any ballpoint pens. Could you give me a pair of
scissors?／Bút bi thì không cần. Cho tôi cái kéo.

💡「〜はどうですか。」「〜はいいです。」：「〜はいいです」は「〜はいりません／必要ありません」とい

う意味。～はいいです is used to mean that ~ is unnecessary.／"～いいです" có nghĩa là "~ không cần / không cần thiết".

4番 ♬ BPT_N5_3_08

日本語学校で先生が話しています。学生はいつまでに作文を出しますか。作文です。
F ：今日は6日です。金曜日ですね。来週は夏休みです。1週間、楽しんでください。宿題はプリントと作文です。プリントは、夏休みのあと、最初の月曜日に出してください。この日ですね。作文は、少し遅くてもいいです。この週の水曜日までに出してください。
学生はいつまでに作文を出しますか。

答え　4

学生はいつまでに作文を出しますか。By when do the students need to turn in their essays?／Sinh viên phải nộp bài văn đến khi nào?

プリントは、夏休みのあと、最初の月曜日に出してください。Please turn in the printouts on the first Monday after summer vacation ends.／Hãy nộp bài tập vào thứ hai đầu tiên sau kỳ nghỉ hè.

作文は、少し遅くてもいいです。この週の水曜日までに出してください。You can turn in your essays a little later. Turn them in by the Wednesday of this week.／Bài văn thì trễ một chút cũng được. Hãy nộp cho đến thứ tư của tuần này.

♬「プリント」の締め切りと「作文」の締め切りは違う。質問を聞きながらメモを取ろう。Note that the printouts and essay have different deadlines. Take notes as you listen.／Hạn chót bài tập và hạn chót bài văn khác nhau. Hãy vừa viết ghi chú vừa nghe câu.

💡～までに出す：出さなければならない最後の日（締め切り日）を表す。「までに」を使うことに注意。「まで」ではない。Expresses the deadline for something. Note that までに is used, not まで.／Diễn tả ngày cuối cùng phải nộp (ngày hết hạn). Lưu ý việc sử dụng "までに".

5番 ♬ BPT_N5_3_09

会社で、女の人と男の人が話しています。何人で夕食を食べに行きますか。
F ：近くに新しいレストランができましたね。
M ：そうですね。明日、夕食を食べに行きませんか。
F ：いいですね。サラさんとゆきさんも一緒に行ってもいいですか。
M ：ええ、一緒に行きましょう。じゃあ、私、予約します。
F ：お願いします。
何人で夕食を食べに行きますか。

答え　3

サラさんとゆきさんも一緒に行ってもいいですか。Is it okay if Sara-san and Yuki-san come along?／Sara-san và Yuki-san cũng cùng đi được không?

ええ、一緒に行きましょう。Sure, let's all go.／Vâng, cùng đi nào.

💡～さんも一緒に：話している男の人と女の人＋サラさんとゆきさん＝4人

6番 ♫ BPT_N5_3_10

日本語学校の新しいクラスで、先生が話しています。このクラスの教室はどこですか。

M：入学おめでとうございます。明日から授業が始まりますね。皆さんは初級Bクラスで、教室は4階です。414号室です。先生の部屋は2階にあります。それから、図書室は212号室です。じゃあ皆さん、明日、また会いましょう。

このクラスの教室はどこですか。

答え 2

教室は4階です。414号室です。The classroom is on the fourth floor. It's room No. 414.／Phòng học ở tầng 2. Phòng số 414.

先生の部屋は2階にあります。The teachers' lounge is on the second floor.／Phòng của giáo viên ở tầng 2.

図書室は212号室です。The library is room No. 212.／Thư viện là phòng số 212.

♪日本語学校の入学オリエンテーション。The setting is a Japanese language school's orientation for new students.／Buổi định hướng nhập học của trường tiếng Nhật.

♥～号室：部屋の番号。学校、アパート、病院などで使う。Room No. ～. Used for rooms in schools, apartments, hospitals, etc.／Số phòng. Dùng trong trường học, căn hộ, bệnh viện v.v.

7番 ♫ BPT_N5_3_11

男の人と女の人が話しています。女の人のお姉さんは、どの人ですか。

M：ライさん、それは家族の写真ですか。

F：ええ、そうです。真ん中に座っている人が父です。

M：へえー、お父さん、かっこいいですね。この、髪が長くてめがねをかけている人は誰ですか。

F：それは、私の姉です。

M：きれいな人ですね。ライさんと似ています。

F：え、そうですか。ありがとうございます。

女の人のお姉さんは、どの人ですか。

答え 1

真ん中に座っている人が父です。The person sitting in the middle is my father.／Người ngồi chính giữa là cha tôi.

この、髪が長くてめがねをかけている人は誰ですか。Who's the one with long hair and glasses?／Người tóc dài, đeo mắt kính này là ai?

ライさんと似ています。She resembles you.／Giống Rai-san.

♪写真にいる人の顔を見ながら聞こう。「姉」は女性。As you listen, look at the faces of the people shown in the photo. You need to find the older sister, so look for a woman.／Hãy vừa nghe vừa nhìn mặt của người trong hình. "姉 (Chị gái)" là nữ giới.

♥真ん中に座っている人 ～と似ています

例 ♫ BPT_N5_3_13

男の人と女の人が話しています。男の人の誕生日はいつですか。男の人です。

M ：絵理子さん、誕生日はいつですか。

F ：私は、9月24日です。ダンさんは、いつですか。

M ：私は、7月7日です。

F ：あ、じゃあ、もうすぐですね。みんなでパーティーをしましょう。

M ：ありがとうございます。

男の人の誕生日はいつですか。

答え　4

1番 ♫ BPT_N5_3_14

会社で、男の人と女の人が話しています。男の人は、今朝うちで何をしましたか。

M ：今朝、うちを出る前、とても忙しかったです。<u>メールの返事をたくさんしました</u>から。

F ：そうですか。何か食べましたか。

M ：何も食べませんでした。コーヒーも、飲んでいません。

F ：そうですか。私、バナナを持っていますよ。いかがですか。

M ：あ、ありがとうございます。でも大丈夫です。もうすぐ昼休みですから。

F ：そうですね。

男の人は、今朝うちで何をしましたか。

答え　1

メールの返事をたくさんしました。I replied to a bunch of emails.／Tôi đã trả lời e-mail rất nhiều.

何も食べませんでした。コーヒーも、飲んでいません。I didn't eat anything. I didn't even have a cup of coffee.／Tôi đã không ăn gì cả. Cả cà phê cũng không uống.

でも大丈夫です。But that's okay.／Nhưng không sao.

♪答えは一番初めに出てくる。メモを取っておこう。The answer comes at the beginning. Be sure to take notes.／Câu trả lời xuất hiện đầu tiên. Hãy viết ghi chú lại.

♡〜ていません　例 朝から何も食べていません。I haven't eaten anything all day (lit., since the morning).／Không ăn gì từ sáng.

2番 ♫ BPT_N5_3_15

会社で、女の人と男の人が話しています。女の人は、明日から何で旅行しますか。

F ：明日から旅行に行きます。

M：そうですか。電車で行きますか。

F：いいえ、車で行きます。途中の町も見たいですから。

M：そうですか。私は先月、船で行きました。

F：えっ、船ですか。それは楽しいですね。

M：とても楽しかったです。仕事の時は飛行機ですけど、船もいいですね。

F：そうですね。

女の人は、明日から何で旅行しますか。

答え　2

明日から何で旅行しますか。What (mode of transportation) will she use to travel tomorrow?／Từ ngày mai, (người phụ nữ) đi du lịch bằng gì?

車で行きます。途中の町も見たいですから。I'll go by car. I want to see the towns along the way.／Đi bằng xe ô tô. Vì muốn ngắm thị trấn giữa chừng.

仕事の時は飛行機ですけど、船もいいですね。I take a plane for business trips, but ships are nice, too.／Khi đi làm thì đi máy bay nhưng tàu cũng thích nhỉ.

♪答えは最初の方に出てくる。メモを取っておこう。The answer comes at the beginning. Be sure to take notes.／Câu trả lời xuất hiện ở đoạn đầu. Hãy viết ghi chú lại.

💡何で＝何を使って：手段、方法、道具を聞く。Used to ask the method, means, or instruments used to perform／Hỏi phương tiện, phương pháp, dụng cụ.

3番 ♫ BPT_N5_3_16

男の人と女の人が話しています。女の人は何が好きだと言っていますか。女の人です。

M：山と海とどちらが好きですか。

F：海のほうが好きです。

M：夏の海ですか。

F：いいえ、秋の海です。何もないですから、気持ちがいいです。

M：へえー、夏の海のほうがにぎやかで楽しいと思いますけど。

F：そうでしょうか。…ホンさんは、山と海とどちらが好きですか。

M：私は、山が好きです。秋の山がいいですね。

F：じゃあ、季節は、私と同じですね。

女の人は何が好きだと言っていますか。

答え　2

「山と海とどちらが好きですか。」「海のほうが好きです。」"Which do you like more, the mountains or the sea?" "I prefer the sea."／"Núi và biển, bạn thích cái nào hơn?" "Tôi thích biển hơn."

「夏の海ですか。」「いいえ、秋の海です。」"The sea in summer?" "No, the sea in the fall."／"Biển mùa hè à?" "Không, biển mùa thu."

♪質問で「女の人」と言っていることに注意。Note that the question is about what the woman says.／Lưu ý việc câu hỏi nói "女の人".

4番 ♫BPT_N5_3_17

会社で、男の人と女の人が話しています。男の人はどこで仕事をしますか。
M：明日は土曜日ですが、仕事をします。月曜日の準備がありますから。
F：そうですか。会社に来ますか。
M：いいえ、会社はうちから遠いですから。
F：じゃあ、お宅でしますか。
M：えーと、子供がいますから、ちょっと…。近くに図書館があるので、そこでしたいと思います。カフェもいいですが、うるさいですから。
F：そうですね。
男の人はどこで仕事をしますか。

答え　3

「お宅でしますか。」「えーと、子供がいますから、ちょっと…。」"Will you work at home?" "Well, we have kids, so I don't know if that's a good idea."／"Anh làm ở nhà mình à?" "À, vì có con nên hơi ..."
近くに図書館があるので、そこでしたいと思います。There's a library nearby, so I'm thinking of doing the work there.／Gần nhà có thư viện nên tôi định làm ở đó.
🔷お宅 (your) home／nhà của anh/chị (cách nói lịch sự)　cf. うち＝自分の家 (my) home／nhà mình
　ちょっと…：相手の言うことに「いいえ」と言いたい時に使う。Used to express disinclination regarding the other person's suggestion.／Dùng khi muốn nói không đối với việc người khác nói　例「映画に行きませんか。」「ちょっと…。」

5番 ♫BPT_N5_3_18

日本語学校で男の学生と先生が話しています。男の学生はいつからいつまで学校を休みますか。
M：先生、来週、両親が日本に来ますから、学校を休みます。
F：そうですか。月曜日からですか。
M：いいえ、火曜からです。木曜まで、3日間休みます。
F：わかりました。ご両親は、木曜に国へ帰りますか。
M：いいえ、金曜日に帰ります。でも私は、一緒に空港には行きませんから、学校に来ます。
男の学生はいつからいつまで学校を休みますか。

答え　3

男の学生はいつからいつまで学校を休みますか。From when to when will the male student take off school?／Nam sinh viên nghỉ học từ khi nào đến khi nào?
火曜からです。木曜まで、3日間休みます。I'll be absent from Tuesday until Thursday, so I'll be gone for three

days.／Từ thứ ba. Đến thứ năm, nghỉ 3 ngày.

（両親は）金曜日に帰ります。でも私は、一緒に空港には行きませんから、学校に来ます。They (my parents) will leave on Friday. But, I won't go to the airport with them, so I'll come to school.／(Cha mẹ tôi) về vào thứ sáu. Nhưng tôi không cùng đi đến sân bay nên sẽ đến trường.

💡「～から…まで」を注意して聞こう。Listen closely for ～から…まで.／Hãy chú ý nghe "～から…まで".

6番 ♫ BPT_N5_3_19

> 留守番電話を聞いています。女の人は、何が変わったと言っていますか。
>
> Ｆ：カレンさん、ミアです。明日のパーティーのことです。私の家ですると言っていましたが、中村さんの家になりました。他は同じです。カレンさんは、お菓子を持っていきますよね。お願いします。あと、時間も5時からで、変わりません。来る人の人数も同じ、6人です。では、明日ね。
>
> 女の人は、何が変わったと言っていますか。

答え　2

女の人は、何が変わったと言っていますか。What did the woman say has changed?／Người phụ nữ nói cái gì đã thay đổi.

私の家で（パーティーを）すると言っていましたが、中村さんの家になりました。I said that it (the party) would be held at my place, but we've changed it to Nakamura-san's place.／Tôi đã nói làm (tiệc) ở nhà tôi nhưng đã đổi thành nhà của Nakamura-san.

他は同じです。Everything else is the same.／Còn lại vẫn như vậy.

時間も5時からで、変わりません。It will start at 5 o'clock, as originally planned.／Giờ giấc cũng từ 5 giờ, không thay đổi.

💡「Aと言っていましたが、Bになりました」＝ AからBに変わりました。It has changed from A to B.／Đã thay đổi từ A thành B.

問題3（発話表現 Utterance expressions／Diễn đạt bằng lời）

例 ♫ BPT_N5_3_22

> コーヒーが飲みたいです。何と言いますか。
>
> Ｍ：1．コーヒー、お願いします。
>
> 　　2．コーヒー、いかがですか。
>
> 　　3．コーヒーも好きです。

答え　1

友達_{ともだち}のセーターがとてもいいです。何_{なん}と言_いいますか。Your friend has a very nice sweater. What do you say?／Cái áo len của người bạn rất tốt. Bạn sẽ nói gì?

F：1．セーターがもっといいですか。Are sweaters better?／Áo len thì tốt hơn à?

2．セーターより好_すきです。I like them more than sweaters.／Thích hơn áo len.

3．すてきなセーターですね。That's a nice sweater.／Cái áo len tuyệt nhỉ.

答え　3

💡 いい／すてきな～ですね：話_{はな}し相手_{あいて}の～をほめている。This is used to praise the listener's ~.／Khen ~ của người mà mình nói chuyện.

道路_{どうろ}に車_{くるま}がいっぱいです。バスが遅_{おく}れました。何_{なん}と言_いいますか。There are lots of cars on the road. The bus was late. What do you say?／Nhiều xe cộ trên đường. Xe buýt đã trễ giờ. Bạn sẽ nói gì?

F：1．すみません、道_{みち}が込_こんでいて、遅_{おく}れました。I'm sorry. I was late because the roads were congested.／Xin lỗi, đường đông nên tôi bị trễ.

2．すみません、道_{みち}が忙_{いそが}しくて、遅_{おく}れました。I'm sorry. I was late because the roads were busy with work.／Xin lỗi, đường bận quá nên tôi bị trễ.

3．すみません、交通_{こうつう}が重_{おも}くて、遅_{おく}れました。I'm sorry. I was late because the transportation was heavy.／Xin lỗi, giao thông nặng quá nên tôi bị trễ.

答え　1

💡「道_{みち}／電車_{でんしゃ}・バス／映画館_{えいがかん} が込_こんでいる」を覚_{おぼ}えよう。

今_{いま}すぐコピー機_きを使_{つか}いたい人_{ひと}がいます。何_{なん}と言_いいますか。There's someone who wants to use the copier right now. What do you say?／Bây giờ có người muốn sử dụng máy phô-tô ngay. Bạn sẽ nói gì?

F：1．コピーをしていますか。Are you making copies?／Anh / Chị đang phô-tô à?

2．後_{あと}がいいですか。Would you rather do it later?／Để sau được không?

3．お先_{さき}にどうぞ。After you.／Mời anh / chị sử dụng trước.

答え　3

💡 お先_{さき}にどうぞ：「私_{わたし}はあなたの後_{あと}でします」という時_{とき}に使_{つか}う。This means, "After you."／Sử dụng khi nói "Tôi sẽ làm sau bạn".

4番 ♫ BPT_N5_3_26

> 友達がテレビを見ています。何と言いますか。A friend is watching TV. What do you say?／Người bạn đang xem tivi. Bạn sẽ nói gì?
>
> M：1．おいしいですか。Is this tasty?／Ngon không?
>
> 　　2．おもしろいですか。Is this interesting?／Thú vị không?
>
> 　　3．あたたかいですか。Is this warm?／Ấm không?

答え　2

🔊 テレビ、映画、本、授業などがどうなのかを言う時、「おもしろい」「つまらない」を使う。Words like おもしろい and つまらない are used to describe one's impressions of things like TV shows, films, books, and classes.／Khi nói ti vi, phim, sách, giờ học v.v. như thế nào thì dùng "おもしろい", "つまらない".

5番 ♫ BPT_N5_3_27

> 友達がこれからサッカーの試合をします。何と言いますか。Friends are about to play in a soccer game. What do you say?／Người bạn sắp sửa thi đấu bóng đá. Bạn sẽ nói gì?
>
> F：1．お元気で。Look after yourself.／Giữ sức khỏe nhé.
>
> 　　2．頑張って。Good luck.／Cố lên.
>
> 　　3．おかげさまで。Thanks to you.／Nhờ trời.

答え　2

🔊 頑張って（ください）：スポーツの試合に出る人、試験を受ける人などに言う。This is said to someone about to play in a sports match, take a test, and so on.／Nói với người sẽ thi đấu thể thao, người sẽ dự thi v.v.

問題4（即時応答 Quick response／Trả lời nhanh）

例 ♫ BPT_N5_3_29

> M：メアリーさん、誰と住んでいますか。
>
> F：1．1年ぐらいです。
>
> 　　2．駅の近くです。
>
> 　　3．友達とです。

答え　3

第3回　言語知識（文字・語彙）　言語知識（文法）・読解　聴解

> F：ゆうべ、何時まで起きていましたか。 How late did you stay up last night?／Tối qua bạn thức đến mấy giờ?
>
> M：1．いいえ、起きませんでした。 No, I didn't get up.／Không, tôi đã không thức.
>
> 　　2．8時に起きました。 I woke up at 8.／Tôi đã thức dậy lúc 8 giờ.
>
> 　　3．11時までです。 I was up until 11.／Đến 11 giờ.

答え　3

💡 ～時まで起きていました：～時までずっと寝なかった。 I didn't go to bed until ～ o'clock.／Đã không ngủ suốt cho đến ~ giờ. 「～ていました」を使うことに注意する。「～ました」ではない。 Note that ～ていました is used in this case, not ～ました.／Lưu ý phải sử dụng "～ていました". Không phải "～ました".

> M：そのパソコンは、誰のですか。 Whose computer is that?／Cái máy vi tính đó là của ai?
>
> F：1．アメリカのです。 It's American.／Của Mỹ.
>
> 　　2．エレナさんのです。 It's Elena-san's.／Của chị Elena.
>
> 　　3．とてもいいパソコンです。 It's a very good computer.／Là cái máy vi tính rất tốt.

答え　2

💡 誰の：持っている人を聞いている。 This is asking who the owner is.／Hỏi về người sở hữu.
　質問が「どこのですか」の時は、「アメリカのです」と答える。 If the question were どこのですか, then アメリカのです would be the right answer.／Khi câu hỏi là "どこのですか" thì trả lời là "アメリカのです".

> F：昨日、美容院へ行きました。 I went to the beauty salon yesterday.／Hôm qua, tôi đã đi tiệm làm tóc.
>
> M：1．えっ。風邪を引きましたか。 What? Did you catch a cold?／Ơ, chị bị cảm à?
>
> 　　2．そのヘアスタイル、とてもいいですよ。 That's a really nice hairstyle.／Kiểu tóc đó rất đẹp đấy.
>
> 　　3．ええ、ぜひ来てください。 Yes, please be sure to come again.／Vâng, nhất định hãy đến nhé.

答え　2

💡 「びよういん」と「びょういん」
　「びよ」「びょ」の違いと、高い音の位置に注意しよう。 Note the difference between びよ and びょ in their sounds and where the accent falls.／Hãy lưu ý sự khác nhau về âm giữa "びよ" và "びょ", và vị trí của âm cao.
高い音の位置：美容院「びよ￣ういん」(「よ」が高い)　病院「びょ￣ういん」(「ういん」が高い)
cf. 病院 hospital／bệnh viện

4番 ♫ BPT_N5_3_33

M：今日はとても忙しくて、大変でした。Today was a tough day for me because I was really busy.／Hôm nay bận rộn, vất vả quá.

F：1．そうですか。お疲れさまでした。Is that so? You must be tired.／Vậy à? Anh vất vả rồi.

2．そうですか。残念でしたね。Is that so? Better luck next time.／Vậy à? Đáng tiếc nhỉ.

3．おめでとうございます。Congratulations.／Chúc mừng anh.

答え 1

💡お疲れさま：たくさん仕事をした人、一生懸命何かをした人に言う。Said to someone who has done a lot of work or put much effort into something.／Nói với người đã làm nhiều việc, người đã cố gắng hết sức làm điều gì đó.

5番 ♫ BPT_N5_3_34

F：静かなクラスとにぎやかなクラスと、どちらが好きですか。Which type of class do you prefer, a quiet one, or a lively one?／Lớp yên lặng và lớp náo nhiệt, bạn thích lớp nào hơn?

M：1．にぎやかなほうが好きです。I prefer lively ones.／Tôi thích lớp náo nhiệt hơn.

2．私のクラスはとてもにぎやかです。My class is very lively.／Lớp tôi rất náo nhiệt.

3．静かな時もにぎやかな時もあります。Sometimes it's quiet, and sometimes it's lively.／Có khi yên lặng cũng có khi náo nhiệt.

答え 1

📝比較を言う時の文の形 This is a pattern used to state a comparative preference.／Hình thức câu văn khi nói so sánh.：「AとBと、どちらが〜ですか」―「Aほうが〜です」"Which do you ~ (more), A or B?" "I ~ A (more)."／"A và B, cái nào ~ hơn?" - "A thì ~ hơn"

　　※Aが名詞：冬のほうが／Aが動詞：家にいるほうが／Aがイ形容詞：暑いほうが／Aがナ形容詞：静かなほうが

6番 ♫ BPT_N5_3_35

M：あそこに立っている人は、先生ですか。Is that person standing over there the teacher?／Người đứng ở đằng kia là giáo viên à?

F：1．山下先生はどこですか。Where is Mr. Yamashita?／Thầy / Cô Yamashita ở đâu?

2．めがねをかけている人です。He's the person wearing glasses.／Là người đeo mắt kính.

3．あの人は学生のお父さんです。That's the father of a student.／Người đó là cha của học sinh.

答え 3

🖤「あそこ」「あの人」：離れた所にいる人の話をしている。These refer to a person located away from the people conversing.／Nói chuyện về người ở nơi cách xa

採点表 Scoresheet／Bảng tính điểm　N5　第3回

得点区分別得点　Scores by scoring section／Tính điểm theo từng phần riêng

言語知識（文字・語彙）Language Knowledge (Vocabulary)／Kiến thức Ngôn ngữ (Từ vựng)

大問 Question Câu hỏi lớn	配点 Points Thang điểm	正解数 Correct Số câu đúng	得点 score Số điểm đạt được
問題1	1点×12問		/12
問題2	1点×8問		/8
問題3	1点×10問		/10
問題4	2点×5問		/10

言語知識（文法）・読解 Language Knowledge (Grammar)・Reading／Kiến thức Ngôn ngữ (Ngữ pháp)・Đọc hiểu

大問 Question Câu hỏi lớn	配点 Points Thang điểm	正解数 Correct Số câu đúng	得点 score Số điểm đạt được
問題1	1点×16問		/16
問題2	3点×5問		/15
問題3	4点×5問		/20
問題4	4点×3問		/12
問題5	6点×2問		/12
問題6	5点×1問		/5

言語知識（文字・語彙・文法）・読解　合計　/120

目標点：44点　　基準点：38点

聴解 Listening／Nghe

大問 Question Câu hỏi lớn	配点 Points Thang điểm	正解数 Correct Số câu đúng	得点 score Số điểm đạt được
問題1	3点×7問		/21
問題2	3点×6問		/18
問題3	1.8点×5問		/9
問題4	2点×6問		/12

聴解　合計　/60

目標点：22点　　基準点：19点

総合得点 Total score／Tổng số điểm đạt được　/60

第3回の目標点：100点　　合格点：80点

【公表されている基準点と合格点 The official sectional passing score and total passing score／Điểm chuẩn và điểm đậu được công bố 】

※「基準点」は各科目に必要な各科目の最低得点です。合計点が「合格点」の80点以上でも、各科目の点が一つでもこれを下回ると不合格になります。　基準点 (sectional passing score) is the minimum score required for passing a particular section. Examinees must achieve or exceed the sectional passing score for all sections to pass the JLPT.／"Điểm chuẩn" là điểm tối thiểu cần đạt được ở các môn để đậu. Dù tổng số điểm là "điểm đậu" 80 điểm trở lên đi nữa mà điểm các môn có một môn dưới điểm chuẩn này thì không đậu.

※「配点」は公表されていません。この模擬試験独自の設定です。　The number of points awarded for each question is not officially announced. The points listed above are only for this practice test.／"Thang điểm" cho từng câu hỏi thì không được công bố. Đây là thiết lập riêng của bài thi thử này.

※「目標点」は本試験に絶対合格するためにこの模擬試験で何点取る必要があるかを示したものです。通常は、本試験では模擬試験よりも低い点数になるので、公表されている基準点と合格点よりも高めに設定しています。また、総合得点の目標点は、回を重ねるごとに高くなっています。　目標点 (target scores) are the scores you need to get in this practice test to put yourself in position to pass the JLPT. Normally, bài thi thử này để chắc chắn đậu kỳ thi thật. Thông thường, bài thi thử có điểm thấp hơn bài thi thật nên điểm mục tiêu này được đặt cao hơn một chút so với điểm chuẩn và điểm đậu được công bố. Ngoài ra, điểm mục tiêu trong tổng số điểm đạt được sẽ dần cao lên ở mỗi lần làm bài thi thử. The target scores have been set higher than the announced passing scores since scores in real tests tend to be lower than in practice tests. The target total score progressively rises for the three practice tests in this book.／"Điểm mục tiêu" là điểm thể hiện cần đậu bao nhiêu điểm trong

かいとうようし

N5 げんごちしき（もじ・ごい）

【ベスト模試 第3回】

じゅけんばんごう
Examinee Registration
Number

なまえ
Name

〈ちゅうい Notes〉

1. くろいえんぴつ（HB、No.2）でかいてください。
   Use a black medium soft (HB or No.2) pencil.
   （ペンやボールペンではかかないでください。）
   (Do not use any kind of pen.)

2. かきなおすときは、けしゴムできれいにけして
   ください。
   Erase any unintended marks completely.

3. きたなくしたり、おったりしないでください。
   Do not soil or bend this sheet.

4. マークれい Marking Examples

よいれい Correct Example	わるいれい Incorrect Examples
●	⊘ ⊙ ◯ ◍ ⊖ ⊗ ⊜

もんだい 1

1	●	②	③	④
2	①	●	③	④
3	①	②	●	④
4	①	②	●	④
5	①	②	●	④
6	①	●	③	④
7	①	②	●	④
8	①	②	●	④
9	①	②	●	④
10	●	②	③	④
11	①	②	●	④
12	①	●	③	④

もんだい 2

13	①	●	③	④
14	●	②	③	④
15	①	②	③	●
16	①	②	●	④
17	①	②	●	④
18	①	②	③	●
19	①	●	③	④
20	①	●	③	④

もんだい 3

21	①	●	③	④
22	①	●	③	④
23	①	②	③	④
24	①	②	③	●
25	①	●	③	④
26	①	②	●	④
27	①	②	③	④
28	①	②	③	●
29	①	②	③	④
30	①	②	③	●

もんだい 4

31	①	②	③	④
32	①	②	③	④
33	①	●	③	④
34	①	②	③	④
35	①	②	③	④

【 ベスト模試　第３回 】

かいとうようし

N5　げんごちしき（ぶんぽう）・どっかい

じゅけんばんごう
Examinee Registration Number

なまえ
Name

〈ちゅうい Notes〉

1. くろいえんぴつ（HB、No.2）でかいてください。
Use a black medium soft (HB or No.2) pencil.
（ペンやボールペンではかかないでください。）
(Do not use any kind of pen.)
2. かきなおすときは、けしゴムできれいにけしてください。
Erase any unintended marks completely.
3. きたなくしたり、おったりしないでください。
Do not soil or bend this sheet.
4. マークれい Marking Examples

よいれい Correct Example	わるいれい Incorrect Examples
●	⊘ ◌ ◍ ◑ ⊖ ⦸ ●

もんだい1

	1	2	3	4
1	①	●	③	④
2	①	●	③	④
3	①	②	③	●
4	①	②	③	●
5	①	②	③	●
6	●	②	③	④
7	①	②	③	●
8	①	●	③	④
9	●	②	③	④
10	①	②	●	④
11	①	②	③	●
12	①	②	●	④
13	①	②	●	④
14	●	②	③	④
15	①	②	●	④
16	①	②	③	●

もんだい2

	1	2	3	4
17	①	②	●	④
18	●	②	③	④
19	①	②	③	●
20	●	②	③	④
21	①	②	③	●

もんだい3

	1	2	3	4
22	①	●	③	④
23	①	②	●	④
24	●	②	③	④
25	①	②	●	④
26	①	②	③	④

もんだい4

	1	2	3	4
27	①	②	③	④
28	①	②	③	④
29	①	②	●	④

もんだい5

	1	2	3	4
30	①	②	③	●
31	●	②	③	④

もんだい6

	1	2	3	4
32	①	②	●	④

98

かいとうようし

N5 ちょうかい

【 ベスト模試 第3回 】

じゅけんばんごう
Examinee Registration
Number

なまえ
Name

もんだい1

れい	①	●	③	④
1	①	●	③	④
2	①	②	●	④
3	①	②	③	④
4	①	②	③	●
5	●	②	③	④
6	①	②	③	④
7	①	②	③	④

もんだい2

れい	①	②	③	●
1	①	●	③	④
2	①	②	●	④
3	①	●	③	④
4	①	②	●	④
5	①	●	③	④
6	①	●	③	④

もんだい3

れい	●	②	③
1	①	②	●
2	①	②	③
3	①	②	③
4	①	②	③
5	①	②	③

もんだい4

れい	①	②	③
1	①	②	③
2	①	②	③
3	①	②	③
4	①	②	③
5	①	②	③
6	①	②	③

N5

【ベスト模試　第1回】

げんごちしき（もじ・ごい）

（25ふん）

ちゅうい
Notes

1. しけんが はじまるまで、この もんだいようしを あけないで ください。
   Do not open this question booklet until the test begins.

2. この もんだいようしを もって かえる ことは できません。
   Do not take this question booklet with you after the test.

3. じゅけんばんごうと なまえを したの らんに、じゅけんひょうと おなじように かいて ください。
   Write your examinee registration number and name clearly in each box below as written on your test voucher.

4. この もんだいようしは、ぜんぶで 8ページ あります。
   This question booklet has 9 pages.

5. もんだいには かいとうばんごうの 1 、 2 、 3 … が あります。
   かいとうは、かいとうようしに ある おなじ ばんごうの ところに マークして ください。
   One of the row numbers 1 , 2 , 3 … is given for each question. Mark your answer in the same row of the answer sheet.

じゅけんばんごう　Examinee Registration Number	

なまえ　Name	

もんだい1 ＿＿＿の ことばは ひらがなで どう かきますか。
1・2・3・4から いちばん いい ものを ひとつ えらんで
ください。

（れい）　いつ にほんに 来ましたか。
　　　　　1　いました　　2　きました　　3　いきました　　4　つきました

　　　　　（かいとうようし）　| （れい） | ① ● ③ ④ |

---

1 絵を かきました。
　　1　ぶん　　　　　2　ほん　　　　　3　え　　　　　4　じ

2 家に います。
　　1　いま　　　　　2　へや　　　　　3　にわ　　　　　4　いえ

3 秋が すきです。
　　1　なつ　　　　　2　あき　　　　　3　ふゆ　　　　　4　はる

4 大学で べんきょうして います。
　　1　たいかく　　2　だいかく　　3　たいがく　　4　だいがく

5 三か月 にほんに います。
　　1　さんかげつ　2　さんかがつ　3　みかげつ　　4　みかがつ

6 この まちは きが 多いです。
　　1　すくない　　2　おおい　　　3　ふとい　　　4　ほそい

7 図書館へ いきました。

1 とうしょかん 2 どうしょかん

3 としょかん 4 どしょかん

8 12じに 出ます。

1 ねます 2 だます 3 きます 4 でます

9 にほんに 四回 きました。

1 よかい 2 ようかい 3 よっかい 4 よんかい

10 ぎんこうは えきの 前に あります。

1 うえ 2 した 3 まえ 4 よこ

11 姉が ひとり います。

1 あに 2 あね 3 おとうと 4 いもうと

12 きれいな 声ですね。

1 こえ 2 かみ 3 ふく 4 ひと

もんだい2 ＿＿＿の ことばは どう かきますか。1・2・3・4から
いちばん いい ものを ひとつ えらんで ください。

（れい） あれは <u>てれび</u> です。

　　　　1　ナルビ　　　2　ナレビ　　　3　テルビ　　　　4　テレビ

　　（かいとうようし）　｜（れい）｜ ① ② ③ ● ｜

13　あした ともだちに <u>あいます</u>。

　　1　分います　　　2　全います　　　3　会います　　　4　合います

14　くるまに <u>がそりん</u>を いれました。

　　1　ガツリン　　　2　ガシリン　　　3　ガソリシ　　　4　ガソリン

15　きょうしつに <u>はいります</u>。

　　1　入ります　　　2　丈ります　　　3　人ります　　　4　込ります

16　<u>じゅうしょ</u>を かいて ください。

　　1　往所　　　　　2　住所　　　　　3　注所　　　　　4　柱所

17　この チームは <u>つよい</u>です。

　　1　熱い　　　　　2　強い　　　　　3　長い　　　　　4　良い

18　<u>りょうしん</u>は げんきですか。

　　1　両親　　　　　2　両新　　　　　3　両視　　　　　4　両近

19 かおを あらいます。

1 洋います　　2 池います　　3 泣います　　4 洗います

20 きゅうに でんきが きえました。

1 悪に　　　　2 意に　　　　3 急に　　　　4 思に

— 4 —

もんだい3 （　　　）に なにが はいりますか。1・2・3・4から
　　　　　　いちばん いい ものを ひとつ えらんで ください。

（れい）　やすみの ひに ほんを （　　　　）。

　　　　1　たべます　2　かえります　3　よみます　4　およぎます

　　（かいとうようし）　| （れい） | ① ② ● ④ |

21　（　　　）を つかって かいものします。

　　1　カード　　　2　ドレス　　　3　ゲーム　　　4　クイズ

22　せんせいが おもしろいですから がくせいは いつも （　　　　）
　　います。

　　1　おどろいて　2　ないて　　　3　わらって　　4　おこって

23　きょうの かんじは （　　　）でしたから、すぐ おぼえられました。

　　1　しんせつ　　2　かんたん　　3　ゆうめい　　4　にぎやか

24　エレベーターは つかいません。（　　　）で いきます。

　　1　タクシー　　2　バス　　　3　くるま　　　4　かいだん

25　ちちは （　　　）が おおきいです。

　　1　かみのけ　　2　からだ　　　3　おと　　　　4　ともだち

26　ひとつ （　　　）の かどを まがります。

　　1　め　　　　　2　ど　　　　　3　かい　　　　4　だい

27　シャワーを（　　　）から、でかけました。

1　はいって　　　2　とって　　　　3　あけて　　　　4　あびて

28　たなかさん、（　　　）ですね。もう　10じですが、まだ　きて
います。

1　おもい　　　　2　かるい　　　3　おそい　　　　4　はやい

29　かぜを　ひきましたか。（　　　）ですか。

1　けっこう　　　　　　　　2　だいじょうぶ

3　もういちど　　　　　　　4　たくさん

30　にほんで　いろいろな　ところへ（　　　）しました。

1　しょくじ　　　　　　　　2　れんしゅう

3　べんきょう　　　　　　　4　りょこう

もんだい4 ＿＿＿の ぶんと だいたい おなじ いみの ぶんが

あります。1・2・3・4から いちばん いい ものを ひとつ

えらんで ください。

（れい） がっこうが やすみです。

1 じゅぎょうが ありません。

2 たべものが ありません。

3 のみものが ありません。

4 メールが ありません。

（かいとうようし）　| （れい） | ● ② ③ ④ |

31　にほんじんの ともだちが できました。

1 いま にほんじんの ともだちが います。

2 いま にほんじんの ともだちが いません。

3 にほんじんの ともだちが ほしいです。

4 にほんじんの ともだちと あいました。

32　きょうの テストは ぜんぜん わかりませんでした。

1 きょうの テストは やさしかったです。

2 きょうの テストは むずかしかったです。

3 きょうの テストは うけることが できませんでした。

4 きょうの テストは クラスの ぜんいんが うけました。

33 この　クラスは　にぎやかです。

1　この　クラスは　がくせいが　すくないです。

2　この　クラスは　がくせいが　いません。

3　この　クラスは　みんな　よく　はなします。

4　この　クラスは　みんな　あまり　はなしません。

34 わたしは　とうきょうに　すんで　います。

1　わたしの　かぞくは　とうきょうに　います。

2　わたしの　かいしゃは　とうきょうに　あります。

3　わたしの　がっこうは　とうきょうに　あります。

4　わたしの　うちは　とうきょうに　あります。

35 わたしは　りょうりが　すきです。

1　わたしは　ゲームを　するのが　すきです。

2　わたしは　てがみを　かくのが　すきです。

3　わたしは　たべるものを　つくるのが　すきです。

4　わたしは　ふくを　かうのが　すきです。

N5

【ベスト模試　第1回】

げんごちしき　　　ぶんぽう　　　どっかい
言語知識（文法）・読解

（50ぷん）

ちゅう　　い
注　意
Notes

1. 試験が始まるまで、この問題用紙をあけないでください。
   Do not open this question booklet until the test begins.

2. この問題用紙を持ってかえることはできません。
   Do not take this question booklet with you after the test.

3. 受験番号となまえをしたの欄に、受験票とおなじように
   かいてください。
   Write your examinee registration number and name clearly in each box below as written on
   your test voucher.

4. この問題用紙は、全部で15ページあります。
   This question booklet has 15 pages.

5. 問題には解答番号の　1　、2　、3　… があります。
   解答は、解答用紙にあるおなじ番号のところにマークして
   ください。
   One of the row numbers 1 , 2 , 3 … is given for each question. Mark your answer
   in the same row of the answer sheet.

じゅけんばんごう 受験番号　Examinee Registration Number	

なまえ　Name	

もんだい1 （　　　）に 何を 入れますか。1・2・3・4から
　　　　　 いちばん いい ものを 一つ えらんで ください。

（れい）　ここに 本（　　　）あります。

　　　　　1 と　　　　2 が　　　　3 へ　　　　4 に

　　　　（かいとうようし）　（れい）　① ● ③ ④

1 ともだち（　　　）待って います。

　　1 へ　　　　2 で　　　　3 に　　　　4 を

2 山の 一番 高い ところ（　　　）のぼりました。とても いい
けしき でした。

　　1 に　　　　2 で　　　　3 を　　　　4 が

3 きのう、（　　　）2時間 べんきょうしました。

　　1 たいてい　　2 だいたい　　3 だけ　　　4 ぐらい

4 山下「ジョンさんの 先生（　　　）、どの 人ですか。」
　　ジョン「あの 立って いる 男の 人です。」

　　1 で　　　　2 と　　　　3 は　　　　4 が

5 ホアンさんは、あの せ（　　　）高い 人（　　　）うしろに
います。

　　1 が／が　　2 が／の　　3 の／は　　4 が／は

— 1 —　　　　　　　　　　　　【ベスト模試 N5 第1回】

6 山中「きのう　ラーメンを　食べました。」

　　川田「そうですか。私（　　　）食べました。」

　　1　も　　　　　　2　は　　　　　　3　が　　　　　　4　と

7 ジム「この　パソコンは、ガンさん（　　　）かりました。」

　　高村「そうですか。ガンさんは　いい　人ですね。」

　　1　は　　　　　　2　に　　　　　　3　で　　　　　　4　を

8 私の　りょうの　部屋は、（　　　）とても　ひろいです。

　　1　きれいで　　　2　きれいと　　　3　きれくて　　　4　きれく

9 タム「あれは　何ですか。」

　　大川「（　　　）ですか。」

　　タム「あの　高い　ビルです。」

　　1　どうして　　　2　どう　　　　　3　どれ　　　　　4　どの

10 教室で、飲みものは（　　　）が、食べものは　だめです。

　　1　飲みたいです　　　　　　　　2　飲んでは　いけません

　　3　飲みません　　　　　　　　　4　飲んでも　いいです

11 「（　　　）学校へ　来ましたか。」

　　「あるいて　来ました。」

　　1　何時に　　　　2　だれと　　　　3　何で　　　　　4　いつ

12 長い間　そうじして　いませんから、部屋が（　　　）。

　　1　きたないに　なります　　　　　2　きたないに　なりました

　　3　きたなく　なります　　　　　　4　きたなく　なりました

13 日本に（　　　）前に、かぞく　みんなで　しょくじを　しました。

1　来る　　　　　2　来て　　　　　3　来た　　　　4　来ない

14 きらいな　ものは（　　　）よ。好きな　ものを　食べて　ください。

1　食べた　ほうが　いいです　　　2　食べなければ　なりません

3　食べなくても　いいです　　　　4　食べても　いいです

15 きのう　うちで　作文を（　　　）、それから　漢字を　べんきょう

しました。

1　かって　　　2　かいて　　　3　かった　　　4　かいた

16 朝は、コーヒー（　　　）こうちゃを　飲みます。

1　は　　　　　2　が　　　　　3　も　　　　　4　か

もんだい2 ___★___ に 入る ものは どれですか。1・2・3・4から
いちばん いい ものを 一つ えらんで ください。

(もんだいれい)

あの _____ _____ __★__ _____ は 上田さんです。

　　1　いる　　　2　に　　　3　木の下　　　4　人

(こたえかた)

1. ただしい 文を つくります。

あの _____ _____ __★__ _____ は 上田さんです。
3 木の下　2 に　1 いる　4 人

2. __★__ に 入る ばんごうを くろく ぬります。

(かいとうようし)　| (れい) | ● ② ③ ④ |

17 山 _____ __★__ _____ _____ 行きたいですか。

　　1　海と　　　2　どちら　　　3　に　　　4　と

— 4 —

18 私（わたし）は　1年（ねん）＿＿＿＿＿　＿＿＿＿＿　★　＿＿＿＿＿　います。

1　を　　　　　2　日本語（にほんご）　　3　勉強（べんきょう）して　　4　ぐらい

19 きょうかしょは、となり＿＿＿＿　★　＿＿＿＿　＿＿＿＿

にあります。

1　上（うえ）　　　　2　へやの　　　3　の　　　　　4　つくえの

20 駅前（えきまえ）＿＿＿＿＿　＿＿＿＿＿　★　＿＿＿＿＿　おいしいです。

1　が　　　　　　　　　　2　にある

3　レストランは　　　　　　4　ピザ

21 きのう　ともだち　＿＿＿＿　＿＿＿＿　★　＿＿＿＿　買（か）いました。

1　台湾（たいわん）で　　2　に　　　　　3　おかしは　　4　あげた

もんだい3　22 から 26 に 何を 入れますか。ぶんしょうの
　　　　　いみを かんがえて、1・2・3・4から いちばん いい
　　　　　ものを 一つ えらんで ください。

　タンさんと ルシアさんは、「日本と 私」の さくぶんを 書いて ク
ラスの みんなの 前で 読みます。

(1) タンさんの さくぶん

> 　私は 日本の マンガが 大好きで、国で よく 読んで いました。
> そして、日本語で もっと たくさん マンガを 読みたいと 22 。
> ですから 日本へ 来ました。日本で、毎日 日本語を べんきょうして
> います。 23 、まだ 日本語で マンガが 読めません。とても
> むずかしいです。私は いつ マンガが 24 でしょうか。先生、
> 教えて ください。

(2) ルシアさんの さくぶん

> 　私の 姉は 日本の 会社で はたらいて います。りょこうに
> 行ったとき いつも おみやげを 25 。その おみやげは おかし
> です。はこの 中に、小さいのが 30個ぐらい あります。そして、
> 会社の 人たちに 26 。会社の 人も 30人ぐらいですから、とても
> 便利です。私は、日本の おみやげは すごいと 思います。

— 6 —

22

1 思いました

2 思いませんでした

3 思っても よかったです

4 思った ことが ありません

23

1 それでは　　2 そのつぎ　　3 だから　　　4 でも

24

1 読む　　　　2 読める　　　3 読まない　　4 読めない

25

1 買いに きます

2 買いに きました

3 買って きます

4 買って いきました

26

1 もらいます

2 もらいません

3 あげます

4 あげません

もんだい4　つぎの　(1)から　(3)の　ぶんしょうを　読んで、しつもんに
　　　　　　こたえて　ください。こたえは、1・2・3・4から　いちばん
　　　　　　いい　ものを　一つ　えらんで　ください。

(1)

　わたしは　月曜から　金曜まで、うちで　1時間　べんきょうします。
土曜日は　3時間　べんきょうします。日曜日は　べんきょうしません。
公園を　散歩したり、買い物したり　します。とても　楽しいです。です
から、きのうは　楽しかったです。

27　今日は　何曜日ですか。
　　1　日曜日です。
　　2　月曜日です。
　　3　火曜日です。
　　4　水曜日です。

(2)

（大学で）

学生が　この　紙を　見ました。

先生の　アシスタントを　しませんか

9月1日から　18日まで　先生の　アシスタントの　仕事が　あります。
したい　人は、7月15日から　8月15日の　あいだに、事務室で
申し込んで　ください。

注意：事務室は、8月1日から　8月9日まで　休みです。
　　　その　あいだは　受け付けません。

20＊＊年7月15日
エース・カレッジ

---

28 8月1日から　31日まで　国に　帰る　学生は、いつ　申し込みますか。

1　7月15日から　7月31日までの　あいだ

2　8月1日から　8月9日までの　あいだ

3　8月10日から　8月15日までの　あいだ

4　9月1日から　9月18日までの　あいだ

(3)

（会社で）

ミンさんの　机の　上に、この　メモが　あります。

ミンさん

　　2階の　コピーの　きかいが　こわれました。午後2時ごろ、
しゅうりの　人が　来ますから、2階に　あんないして　ください。
今日は　2階のが　なおるまで、3階の　きかいを　つかいます。
それを　今すぐに、社員の　みんなに　メールで　しらせて　ください。
　よろしく　おねがいします。

6月20日10：00　中山

29　この　メモを　読んで、ミンさんは　はじめに　何を　しますか。

1　コピーの　きかいを　しゅうりします。

2　しゅうりの　人を　2階に　あんないします。

3　3階の　きかいで　コピーを　します。

4　社員の　みんなに　メールを　出します。

もんだい5　つぎの　ぶんしょうを　読んで、しつもんに　こたえて
　　　　　　ください。こたえは、1・2・3・4から　いちばん　いい
　　　　　　ものを　一つ　えらんで　ください。

これは　ショウさんが　書いた　さくぶんです。

日本の　お父さん

ショウ・ケイブン

　わたしが　ホームステイを　して　いる　家の　お父さんは、
おもしろい　人です。
　先週の　日曜日、お父さんが　「公園へ　テニスを　しに　行き
ましょう。」と　言いました。そして　近くの　公園へ　行きました。
公園では、おおぜいの　人が　いろいろな　スポーツを　して　い
ました。お父さんは、バッグから　ボールを　出して　「えっ。」
と　言いました。テニスの　ラケットと　ボールが　ありません
でした。サッカーの　ボールが　ありました。お父さんは、「じゃ
あ　サッカーを　しましょう。」と　言って、わらいました。わた
しは　テニスを　した　ことが　ありません。サッカーは　小学
校の　ときから　して　いました。
　お父さんは　「ショウさんは、スポーツが　上手ですね。」と　言
いました。わたしは　とても　ラッキーでした。テニスは　ぜん
ぜん　できませんから。

30　お父さんと　ショウさんは　公園で　何を　しましたか。

1　テニスを　しました。

2　サッカーを　しました。

3　テニスも　サッカーも　しました。

4　テニスも　サッカーも　しませんでした。

31　お父さんは　どうして「えっ。」と　言いましたか。

1　どうぐを　まちがえて　もって　きたから

2　バッグの　中に　なにも　なかったから

3　ショウさんが　サッカーが　上手だから

4　ショウさんが　テニスを　した　ことが　ないから

読解

もんだい6　右の　ページ　を見て、下の　しつもんに　こたえて
　　　　　　ください。こたえは、1・2・3・4から　いちばん　いい
　　　　　　ものを　一つ　えらんで　ください。

32　ボブさんは　光町大学の　学生です。英語の　学校で　子どもに　英
　　語を　おしえたいです。土曜日に　できます。ほかの　曜日は　できま
　　せん。それから、光町の　学校では　できますが、そのほかでは　でき
　　ません。アルバイトで　もらう　お金は　高いほうが　いいです。どこ
　　が　いちばん　いいですか。

1　①

2　②

3　③

4　④

＜お知らせ＞　子どもの　英語学校で　アルバイトが　あります。

学校の名前	場所	アルバイトのお金と曜日
① グローバル学院	光町	★1時間　1100円 ★土曜日に　おねがいします
② がんばるクラブ	村田町	★1時間　1200円 ★何曜日でも　いいです
③ フラワー・スクール	光町	★1時間　1050円 ★土曜日か　日曜日に 　おねがいします
④ １０歳あつまれ	光町	★1時間　980円 ★火曜日・木曜日・日曜日の3日間 　おねがいします

光町大学　事務室

N5

【ベスト模試　第1回】

ちょうかい
聴解

ぷん
（30分）

ちゅう　　　　　い
注　　意
Notes

1. 試験が始まるまで、この問題用紙を開けないでください。
   Do not open this question booklet until the test begins.

2. この問題用紙を持って帰ることはできません。
   Do not take this question booklet with you after the test.

3. 受験番号と名前を下の欄に、受験票と同じように書いて
   ください。
   Write your examinee registration number and name clearly in each box below as written on
   your test voucher.

4. この問題用紙は、全部で14ページあります。
   This question booklet has 16 pages.

5. この問題用紙にメモをとってもいいです。
   You may make notes in this question booklet.

じゅけんばんごう 受験番号　Examinee Registration Number	

なまえ 名前　Name	

もんだい 1

　もんだい1では、はじめに　しつもんを　きいて　ください。それから
はなしを　きいて、もんだいようしの　1から4の　なかから、いちばん
いい　ものを　ひとつ　えらんで　ください。

れい

1　8じ

2　8じはん

3　9じ

4　9じはん

1ばん

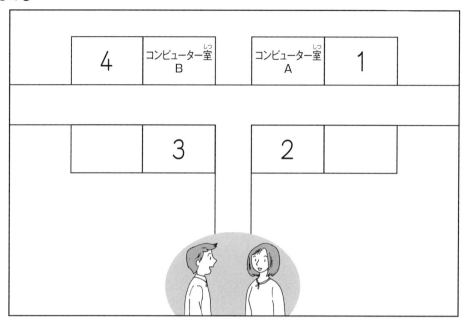

2ばん

3ばん

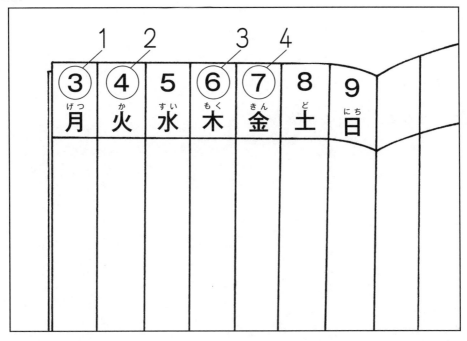

4ばん

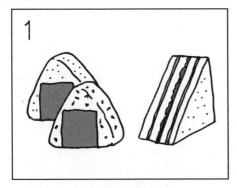

5ばん

1 げつようび

2 すいようび

3 きんようび

4 げつようびと　きんようび

聴解

6ばん

1 32ページ

2 38ページ

3 40ページ

4 46ページ

7ばん

聴解

もんだい 2

　もんだい2では、はじめに　しつもんを　きいて　ください。それから
はなしを　きいて、もんだいようしの　1から4の　なかから、いちばん
いい　ものを　ひとつ　えらんで　ください。

れい

1　9がつ　24か

2　9がつ　14か

3　7がつ　4か

4　7がつ　7か

1ばん

2ばん

1　ひとり

2　ふたり

3　さんにん

4　よにん

3ばん

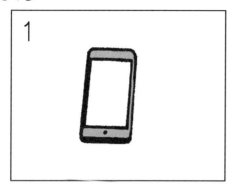

4ばん

5ばん

1 3かげつ

2 6かげつ

3 8かげつ

4 1ねん

6ばん

1 9じ

2 9じはん

3 10じ

4 12じ

もんだい３

もんだい３では、えを　みながら　しつもんを　きいて　ください。

➡ （やじるし）の　ひとは　なんと　いいますか。１から３の　なかから、いちばん　いい　ものを　ひとつ　えらんで　ください。

れい

1ばん

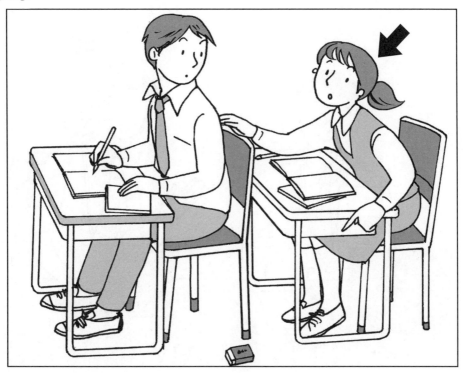

2ばん

【ベスト模試 N5 第1回】

3ばん

4ばん

5ばん

聴解

もんだい４

もんだい４は、えなどが　ありません。ぶんを　きいて、１から３の　なかから、いちばん　いい　ものを　ひとつ　えらんで　ください。

―　メモ　―

かいとうようし

N5 げんごちしき（もじ・ごい）

じゅけんばんごう
Examinee Registration
Number

なまえ
Name

〈ちゅうい Notes〉

1. くろいえんぴつ(HB、No.2)でかいてください。
   Use a black medium soft (HB or No.2) pencil.
   (ペンやボールペンではかかないでください。)
   (Do not use any kind of pen.)

2. かきなおすときは、けしゴムできれいにけして
   ください。
   Erase any unintended marks completely.

3. きたなくしたり、おったりしないでください。
   Do not soil or bend this sheet.

4. マークれい Marking Examples

よいれい Correct Example	わるいれい Incorrect Examples
●	○ ⊘ ◯ ◑ ⊖ ⊙

もんだい 1

1	①	②	③	④
2	①	②	③	④
3	①	②	③	④
4	①	②	③	④
5	①	②	③	④
6	①	②	③	④
7	①	②	③	④
8	①	②	③	④
9	①	②	③	④
10	①	②	③	④
11	①	②	③	④
12	①	②	③	④

もんだい 2

13	①	②	③	④
14	①	②	③	④
15	①	②	③	④
16	①	②	③	④
17	①	②	③	④
18	①	②	③	④
19	①	②	③	④
20	①	②	③	④

もんだい 3

21	①	②	③	④
22	①	②	③	④
23	①	②	③	④
24	①	②	③	④
25	①	②	③	④
26	①	②	③	④
27	①	②	③	④
28	①	②	③	④
29	①	②	③	④
30	①	②	③	④

もんだい 4

31	①	②	③	④
32	①	②	③	④
33	①	②	③	④
34	①	②	③	④
35	①	②	③	④

かいとうようし

N5 げんごちしき（ぶんぽう）・どっかい

【 ベスト模試 第 1 回 】

じゅけんばんごう
Examinee Registration
Number

なまえ
Name

もんだい 1

1	①	②	③	④
2	①	②	③	④
3	①	②	③	④
4	①	②	③	④
5	①	②	③	④
6	①	②	③	④
7	①	②	③	④
8	①	②	③	④
9	①	②	③	④
10	①	②	③	④
11	①	②	③	④
12	①	②	③	④
13	①	②	③	④
14	①	②	③	④
15	①	②	③	④
16	①	②	③	④

もんだい 2

17	①	②	③	④
18	①	②	③	④
19	①	②	③	④
20	①	②	③	④
21	①	②	③	④

もんだい 3

22	①	②	③	④
23	①	②	③	④
24	①	②	③	④
25	①	②	③	④
26	①	②	③	④

もんだい 4

27	①	②	③	④
28	①	②	③	④
29	①	②	③	④

もんだい 5

30	①	②	③	④
31	①	②	③	④

もんだい 6

32	①	②	③	④

かいとうようし

N5 ちょうかい

【 ベスト模試 第 1 回 】

じゅけんばんごう
Examinee Registration
Number

なまえ
Name

〈ちゅうい Notes〉

1. くろいえんぴつ(HB、No.2)でかいてください。
   Use a black medium soft (HB or No.2) pencil.
   (ペンやボールペンではかかないでください。)
   (Do not use any kind of pen.)

2. かきなおすときは、けしゴムできれいにけして
   ください。
   Erase any unintended marks completely.

3. きたなくしたり、おったりしないでください。
   Do not soil or bend this sheet.

4. マークれい Marking Examples

よいれい Correct Example	わるいれい Incorrect Examples
●	⊘ ⊗ ◯ ⦵ ⊖ ⊙

もんだい 1

れい	①	②	③	④
1	①	②	③	④
2	①	②	③	④
3	①	②	③	④
4	①	②	③	④
5	①	②	③	④
6	①	②	③	④
7	①	②	③	④

もんだい 2

れい	①	②	③	④
1	①	②	③	④
2	①	②	③	④
3	①	②	③	④
4	①	②	③	④
5	①	②	③	④
6	①	②	③	④

もんだい 3

れい	①	②	③
1	①	②	③
2	①	②	③
3	①	②	③
4	①	②	③
5	①	②	③

もんだい 4

れい	①	②	③
1	①	②	③
2	①	②	③
3	①	②	③
4	①	②	③
5	①	②	③
6	①	②	③

もんだいようし

N5

【ベスト模試 第2回】

げんごちしき (もじ・ごい)

(25ふん)

ちゅうい
Notes

1. しけんが はじまるまで、この もんだいようしを あけないで ください。
   Do not open this question booklet until the test begins.

2. この もんだいようしを もって かえる ことは できません。
   Do not take this question booklet with you after the test.

3. じゅけんばんごうと なまえを したの らんに、じゅけんひょうと おなじように かいて ください。
   Write your examinee registration number and name clearly in each box below as written on your test voucher.

4. この もんだいようしは、ぜんぶで 8ページ あります。
   This question booklet has 9 pages.

5. もんだいには かいとうばんごうの　1、2、3 … が あります。
   かいとうは、かいとうようしに ある おなじ ばんごうの ところに マークして ください。
   One of the row numbers 1, 2, 3 … is given for each question. Mark your answer in the same row of the answer sheet.

じゅけんばんごう Examinee Registration Number	

なまえ Name	

もんだい1 ＿＿＿の ことばは ひらがなで どう かきますか。

1・2・3・4から いちばん いい ものを ひとつ えらんで ください。

（れい） いつ にほんに 来ましたか。

1 いました　2 きました　3 いきました　4 つきました

（かいとうようし）　（れい）　① ● ③ ④

1 西の そらに ほしが みえます。

1 ひがし　　　2 にし　　　　3 きた　　　　4 みなみ

2 あの 白い いえが わたしの いえ です。

1 ひろい　　　2 とおい　　　3 しろい　　　4 ひくい

3 なつに 海へ いきました。

1 やま　　　　2 かわ　　　　3 しま　　　　4 うみ

4 ちちは いま ソファで 休んで います。

1 やすんで　　2 のんで　　　3 ならんで　　4 よろこんで

5 来週 くにへ かえります。

1 らいしゅ　2 らいしゅう　3 らしゅ　　4 らしゅう

6 りんごを 五つ かいました。

1 ごつ　　　　2 いつ　　　　3 いっつ　　　4 ごうつ

7 せまい 道を とおります。

1 とち 　　　　 2 にわ 　　　　 3 はし 　　　　 4 みち

8 きょうの 午後 ともだちに あいます。

1 ごご 　　　　 2 ごうご 　　　　 3 ごごう 　　　　 4 ごうごう

9 つくえの 上に なにが ありますか。

1 なか 　　　　 2 した 　　　　 3 うえ 　　　　 4 よこ

10 みせに ひとが 十人 います。

1 じゅにん 　　　　　　　　 2 じゅうにん

3 じゅじん 　　　　　　　　 4 じゅうじん

11 外国に いきたいです。

1 かいこく 　　 2 かいごく 　　 3 がいごく 　　 4 がいこく

12 この えいがは 長いです。

1 ながい 　　　 2 やすい 　　　 3 たのしい 　　　 4 あたらしい

もんだい2 ＿＿＿の　ことばは　どう　かきますか。1・2・3・4から
いちばん　いい　ものを　ひとつ　えらんで　ください。

（れい）　あれは　てれび　です。
　　　　1　ナルビ　　2　ナレビ　　3　テルビ　　4　テレビ

（かいとうようし）　（れい）　① ② ③ ●

13　こどもたちが　こうえんを　あるいて　います。
　　1　走いて　　2　足いて　　3　歩いて　　4　促いて

14　ぱそこんで　しごとを　します。
　　1　パンコソ　　2　パソコン　　3　バツコシ　　4　バシコツ

15　ほんを　よんで　ください。
　　1　読んで　　2　語んで　　3　話んで　　4　詞んで

16　きょうは　てんきが　いいですね。
　　1　夫木　　2　天木　　3　夫気　　4　天気

17　きのうは　しんぶんが　きませんでした。
　　1　新文　　2　新聞　　3　親文　　4　親聞

18　ちかくに　ふるい　アパートが　あります。
　　1　由い　　2　百い　　3　古い　　4　苦い

19 ともだちと いっしょに がっこうへ いきます。

1 支　　　　　2 反　　　　　3 有　　　　　4 友

20 じかんが ありません。

1 時間　　　2 時問　　　3 寺間　　　4 寺問

もんだい３ （　　　）に　なにが　はいりますか。1・2・3・4から
　　　　　　いちばん　いい　ものを　ひとつ　えらんで　ください。

（れい）　やすみの　ひに　ほんを（　　　）。

　　　　　1　たべます　　2　かえります　　3　よみます　　4　およぎます

　　（かいとうようし）　| （れい） | ① ② ● ④ |

21 （　　　）で　かいものを　しましょう。

　　1　スプーン　　　2　スーパー　　　3　スペース　　　4　スポーツ

22 いえから　かいしゃまで　1じかん（　　　）。

　　1　たちます　　　2　いきます　　　3　かかります　　4　します

23 ほんを　たくさん　いれましたから、かばんが　とても（　　　）
です。

　　1　おもい　　　　2　かるい　　　　3　よわい　　　　4　たかい

24 ゆうこさんは　あまり　はなしません。（　　　）な　ひとです。

　　1　ひま　　　　　2　ふべん　　　　3　にぎやか　　　4　しずか

25 よごれた　シャツを（　　　）しました。

　　1　よしゅう　　　2　しつもん　　　3　せんたく　　　4　あいさつ

26 ともだちの　いえに　くるまが　3（　　　）あります。

　　1　まい　　　　　2　だい　　　　　3　かい　　　　　4　こ

27 かんじを（　　　）。おしえて　ください。

　1　わすれました　　　　　　　　2　おぼえました

　3　のみました　　　　　　　　　4　しりました

28 （　　　）ですね。でんきを　つけましょう。

　1　せまい　　　2　くろい　　　3　くらい　　　4　うすい

29 はじめまして。（　　　）よろしく　おねがいします。

　1　どうも　　　2　どうぞ　　　3　とても　　　4　どんな

30 わからない　ことばが　ありましたから、（　　　）を　みました。

　1　とけい　　　2　つくえ　　　3　えんぴつ　　　4　じしょ

もんだい4 ＿＿＿の ぶんと だいたい おなじ いみの ぶんが
　　　　　あります。1・2・3・4から いちばん いい ものを ひとつ
　　　　　えらんで ください。

（れい）　　がっこうが やすみです。

　　　1　じゅぎょうが ありません。

　　　2　たべものが ありません。

　　　3　のみものが ありません。

　　　4　メールが ありません。

　　　（かいとうようし）　│（れい）│ ● ② ③ ④ │

[31]　リーさんは いもうとが ひとりと おとうとが ふたり います。

　　　1　リーさんは 3にん きょうだいです。

　　　2　リーさんは 4にん きょうだいです。

　　　3　リーさんは 5にん きょうだいです。

　　　4　リーさんは きょうだいの なかで いちばん わかいです。

[32]　きょうは しゅくだいが すくないです。

　　　1　きょうは しゅくだいが たくさん あります。

　　　2　きょうは しゅくだいが あまり ありません。

　　　3　きょうは しゅくだいが ありません。

　　　4　きょうは しゅくだいが むずかしいです。

33 へやを　そうじしました。

1　へやを　あかるく　しました。

2　へやを　きれいに　しました。

3　へやを　あたらしく　しました。

4　へやを　かわいく　しました。

34 がっこうに　ちこくしました。

1　がっこうを　やすみました。

2　がっこうから　はやく　かえりました。

3　がっこうに　はやく　いきました。

4　がっこうに　おそく　いきました。

35 タンさんは　シンさんに　くにの　しゃしんを　みせました。

1　タンさんは　シンさんの　くにで　しゃしんを　とりました。

2　タンさんは　シンさんの　くにの　しゃしんを　みました。

3　シンさんは　タンさんの　くにの　しゃしんを　みました。

4　シンさんは　タンさんの　くにで　しゃしんを　とりました。

N5

【ベスト模試 第2回】

げんご ちしき　　ぶんぽう　　　　どっかい
言語知識（文法）・読解

（50ぷん）

ちゅう　い
注　意
Notes

1. しけん はじ
   試験が始まるまで、この問題用紙をあけないでください。
   Do not open this question booklet until the test begins.

2. もんだいようし　も
   この問題用紙を持ってかえることはできません。
   Do not take this question booklet with you after the test.

3. じゅけんばんごう　　　　　　　　らん　　じゅけんひょう
   受験番号となまえをしたの欄に、受験票とおなじように
   かいてください。
   Write your examinee registration number and name clearly in each box below as written on
   your test voucher.

4. もんだいようし　　　　ぜんぶ
   この問題用紙は、全部で15ページあります。
   This question booklet has 15 pages.

5. もんだい　　　　かいとうばんごう
   問題には解答番号の 1 、 2 、 3 … があります。
   かいとう　　　かいとうようし　　　　　　　　　　ばんごう
   解答は、解答用紙にあるおなじ番号のところにマークして
   ください。
   One of the row numbers 1 , 2 , 3 … is given for each question. Mark your answer
   in the same row of the answer sheet.

じゅけんばんごう 受験番号　Examinee Registration Number	

なまえ　Name	

もんだい1 （　　　）に 何を 入れますか。1・2・3・4から
　　　　　 いちばん いい ものを 一つ えらんで ください。

（れい）　　ここに 本（　　　）あります。

　　　　　1 と　　　　2 が　　　　3 へ　　　　4 に

　　　　　（かいとうようし）　（れい）　① ● ③ ④

1　私は バス（　　　）学校へ 行きます。

　　1 が　　　　2 で　　　　3 を　　　　4 に

2　きのうは 朝 6時 の でんしゃ（　　　）のりました。

　　1 を　　　　2 が　　　　3 へ　　　　4 に

3　休みの 日は そうじ（　　　）せんたくを します。

　　1 や　　　　2 を　　　　3 が　　　　4 で

4　家で 3時間（　　　）べんきょうします。

　　1 など　　　2 しか　　　3 ぐらい　　　4 から

5　私は 日本りょうりが 好きです。すし（　　　）てんぷら（　　　）
　よく 食べます。

　　1 で／で　　　2 の／の　　　3 が／が　　　4 も／も

6　びょうき（　　　）学校を 休みました。

　　1 で　　　　2 から　　　3 ので　　　4 のに

7 日本は　山（　　　）多いです。

1　や　　　　　　2　が　　　　　　3　と　　　　　　4　を

8 山川「大木さん、（　　　）ネックレスは　とても　きれいですね。」

大木「ありがとう　ございます。これは　母に　もらいました。」

1　それ　　　　　2　その　　　　　3　これ　　　　　4　あの

9 山田「今日の　しけん、（　　　）でしたか。」

ショー「とても　むずかしかったです。」

1　どちら　　　　2　そちら　　　　3　どう　　　　　4　そんな

10 山下「昼ご飯を（　　　）食べましたか。」

森田「いいえ、これからです。いっしょに　行きましょう。」

1　もう　　　　　2　もし　　　　　3　まだ　　　　　4　たぶん

11 姉は、せが（　　　）やせて　います。

1　高い　　　　　2　高いと　　　　3　高いで　　　　4　高くて

12 私は、ラーメンが　好きですから、（　　　）食べます。

1　あまり　　　　2　でも　　　　　3　だんだん　　　4　よく

13 朝、大きい　パンを　4つ（　　　）食べました。

1　で　　　　　　2　が　　　　　　3　も　　　　　　4　を

14 この　きょうかしょを　（　　　）　ください。900円です。

1　かって　　　　2　かいて　　　　3　かいって　　　4　かうて

15 私は　いつも　おんがくを　（　　　）　ながら　べんきょうを　します。

1　聞いて　　　　2　聞いた　　　　3　聞く　　　　　4　聞き

16 兄の　へやは　あまり　（　　　）　ありません。

1　きれく　　　　2　きれいで　　　3　きれいじゃ　4　きれい

もんだい2　　★　に　入る　ものは　どれですか。1・2・3・4から
　　　　　　いちばん　いい　ものを　一つ　えらんで　ください。

(もんだいれい)

　　あの　＿＿＿＿　＿＿＿＿　★　＿＿＿＿　は　上田さんです。
　　　1　いる　　　　2　に　　　3　木の下　　　4　人

(こたえかた)

1. ただしい　文を　つくります。

| あの　＿＿＿＿　＿＿＿＿　★　＿＿＿＿　は　上田さんです。 |
| 3　木の下　2　に　1　いる　4　人 |

2. ★　に　入る　ばんごうを　くろく　ぬります。

　　　(かいとうようし)　|(れい)| ●　②　③　④ |

17　川上「すみません。その　机の　＿＿＿＿　＿＿＿＿　★　＿＿＿＿
　　　　　とって　ください。」
　　北山「はい。わかりました。」
　　　1　を　　　　　2　の　　　　　3　上　　　　　4　本

— 4 —

18 私の 家の にわ ＿＿＿＿ ＿★＿ ＿＿＿＿ ＿＿＿＿ あります。

　　1　木　　　　　2　に　　　　　3　大きい　　　4　が

19 きのう ＿＿＿＿ ＿★＿ ＿＿＿＿ ＿＿＿＿ に オープン しました。

　　1　動物園　　　2　1882年　　　3　行った　　　4　は

20 学校の ＿＿＿＿ ＿＿＿＿ ＿★＿ ＿＿＿＿ は とても 広いです。

　　1　ある　　　　2　前　　　　　3　公園　　　　4　に

21 私は 肉 ＿＿＿＿ ＿＿＿＿ ＿★＿ ＿＿＿＿ は 食べません。

　　1　魚　　　　　2　が　　　　　3　好きです　　4　は

もんだい3　22 から 26 に 何を 入れますか。ぶんしょうの
いみを かんがえて、1・2・3・4から いちばん いい
ものを 一つ えらんで ください。

ケイさんと ロクさんは 「私の 好きな こと」の さくぶんを 書い
て クラスの みんなの 前で 読みます。

(1) ケイさんの さくぶん

私は りょこうが 好きです。国に いたときも たくさん りょこうを
22 。今は 日本に いますから 日本の いろいろな ところへ
行きたいです。先週 となりの 町へ 行ったときも、とても 23 。
夏休みは 遠い ところへ 行きたいです。みなさんも いっしょに
24 。

(2) ロクさんの さくぶん

私は 本が 好きです。小さいときから よく 本を 読みました。
私の 母も 本を よく 25 、私の 家には 本が たくさんあり
ます。でも、今の 私の へやには 本は 26 。はやく 日本語の
本が 読みたいです。

22

1 します 　　　　　　2 しました

3 しません 　　　　　4 しませんでした

23

1 楽しいです 　　　　　2 楽しくないです

3 楽しかったです 　　　4 楽しいでしょう

24

1 行きました 　　　　　2 行ってらっしゃい

3 行きたかったです 　　4 行きませんか

25

1 読みますから 　　　　2 読んでから

3 読んでも 　　　　　　4 読むと

26

1 あります 　　　　　　2 ありません

3 ありました 　　　　　4 ありませんでした

もんだい4　つぎの　⑴から　⑶の　ぶんしょうを　読^よんで、しつもんに
　　　　　　こたえて　ください。こたえは、1・2・3・4から　いちばん
　　　　　　いい　ものを　一^{ひと}つ　えらんで　ください。

⑴

　わたしは　きのう、友^{とも}だちと　買^かい物^{もの}に　行^いきました。まちは　とても
にぎやかでした。友^{とも}だちは　スカートと　セーターを　買^かいました。わたしは
コートを　買^かいました。買^かい物^{もの}の　あとで、ケーキを　食^たべました。

27　「わたし」は　何^{なに}を　買^かいましたか。

　1　スカートを　買^かいました。

　2　セーターを　買^かいました。

　3　コートを　買^かいました。

　4　何^{なに}も　買^かいませんでした。

(2)

（大学で）

学生が　この　紙を　見ました。

留学生のみなさん

夏休みの　日本語クラスの　おしらせ

夏休みの　あいだに　日本語の　じゅぎょうが　あります。
　8月1日〜8月15日
　10:00〜12:00

しゅっせきしたい　留学生は　7月15日までに　もうしこんで
ください。

もうしこんだ　学生は　クラスを　きめる　テストが　あります。

20＊＊年6月30日　大橋大学

28　このじゅぎょうに　しゅっせきしたい人は　はじめに　何を

しますか。

1　クラスを　きめる　テストを　うけます。

2　8月1日までに　もうしこみます。

3　8月15日までに　もうしこみます。

4　7月15日までに　もうしこみます。

(3)

(会社で)

山下さんの　机の　上に　大山さんの　メモが　あります。

山下さん

　今日は　あたまが　いたいです。ねつも　あると　思います。
ですから　これから　びょういんに　行って、家に　帰ります。
あしたの　かいぎの　しょるいは　わたしの　机の　上の
ファイルに　あります。それを　田中さんに　わたして　ください。
　では、よろしく　おねがいします。

大山

29　山下さんは　何を　しますか。

1　すぐ　家に　帰ります。

2　くすりを　飲みます。

3　びょういんへ　行きます。

4　しょるいを　田中さんに　わたします。

もんだい5　つぎの　ぶんしょうを　読んで、しつもんに　こたえて
　　　　　ください。こたえは、1・2・3・4から　いちばん　いい
　　　　　ものを　一つ　えらんで　ください。

これは　ケイ・ランさんが　書いた　さくぶんです。

はじめての　ゆき

ケイ・ラン

　わたしは　冬が　きらいです。日本の　冬は　さむいです。朝
は　とても　さむいですから、あたたかい　ベッドから　でたく
ありません。ですから、よく　学校に　ちこくします。でも、北
の　国から　来た　クラスの　友だちは、ちょうどいいと　言い
ます。その　友だちの　国は、日本より　ずっと　さむいからです。
　先週　ゆきが　ふりました。わたしは　はじめて　ゆきを　見
ました。道も　家も　しろく　なって　とても　きれいでした。
すごく　さむかったけれど、友だちと　ゆきで　あそびました。
楽しかったです。
　わたしの　国は　一年中　夏です。日本は、春、夏、秋、冬が
ありますから、おもしろいです。春と秋は　とても　きれいで
きもちが　いいです。

---

30 どうして ちこくしますか。

1 ゆきが ふるから

2 ベッドから でたくないから

3 さむい 時は そとに でたくないから

4 ゆきで あそびたいから

31 「わたし」の 国は どんな 国ですか。

1 冬は さむいです。

2 春と 秋は きもちが いいです。

3 ときどき ゆきが ふります。

4 一年中 あついです。

もんだい6 右の ページ を見て、下の しつもんに こたえて
ください。こたえは、1・2・3・4から いちばん いい
ものを 一つ えらんで ください。

32 リンさんは 友だちと 会社の 昼休みに ランチを 食べます。イ
ンターネットで 見ると 会社の ちかくで ランチセットが ある
店は この 4つです。昼休みは 午後1時から 2時までです。ねだ
んは 1,000円までが いいです。リンさんは どの 店に 行きますか。

1 ①

2 ②

3 ③

4 ④

— 14 —

ちかくでランチセットがある店

① レストラン・フジ 　　　　ランチセット　1,200円
　　　　　　　　　　　　　　　● スープ、サラダ、にくりょうり
　　　　　　　　　　　　　　　● パンか　ごはん
　　　　　　　　　　　　　　　● コーヒーか　こうちゃ
　　　　　　　　　　　　　　午前11：30〜午後2：30

② つきみや 　　　　　　　　ランチセット　980円
　　　　　　　　　　　　　　　● スープか　サラダ、にくりょうり
　　　　　　　　　　　　　　　● パンか　ごはん
　　　　　　　　　　　　　　　● コーヒーか　こうちゃ
　　　　　　　　　　　　　　12：00〜午後2：00

③ イタリアン・プレート 　　ランチセット　1,100円
　　　　　　　　　　　　　　　● サラダ、スパゲッティか　ピザ
　　　　　　　　　　　　　　　● コーヒー
　　　　　　　　　　　　　　午前11：30〜午後2：30

④ オーケーダイニング 　　　ランチセット　900円
　　　　　　　　　　　　　　　● サラダ、にくりょうり
　　　　　　　　　　　　　　　● パンか　ごはん
　　　　　　　　　　　　　　　● コーヒー
　　　　　　　　　　　　　　午前11：00〜午後1：00

読解

N5

【ベスト模試 第2回】

ちょうかい
聴解

ぷん
（30分）

じゅけんばんごう 受験番号　Examinee Registration Number	

なまえ 名前　Name	

もんだい 1

　もんだい1では、はじめに　しつもんを　きいて　ください。それから
はなしを　きいて、もんだいようしの　1から4の　なかから、いちばん
いい　ものを　ひとつ　えらんで　ください。

れい

1　8じ
2　8じはん
3　9じ
4　9じはん

1ばん

2ばん

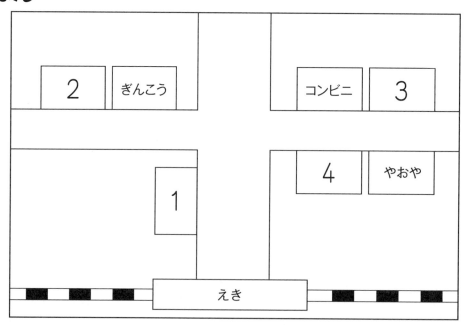

3ばん

1 1がつ 7か

2 1がつ 8か

3 1がつ 9か

4 1がつ 10か

4ばん

5ばん

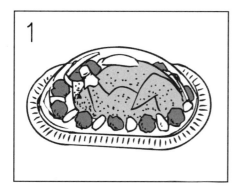

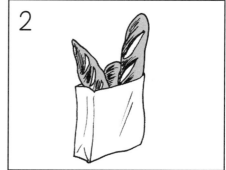

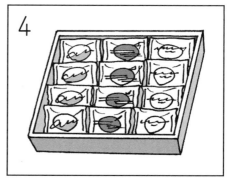

6ばん

1　150えん

2　250えん

3　270えん

4　370えん

聴解

7ばん

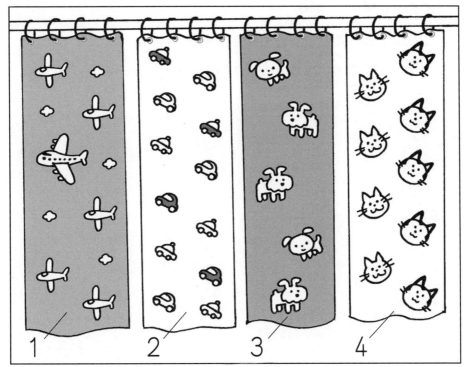

もんだい 2

　もんだい2では、はじめに　しつもんを　きいて　ください。それから
はなしを　きいて、もんだいようしの　1から4の　なかから、いちばん
いい　ものを　ひとつ　えらんで　ください。

れい

1　9がつ　24か
2　9がつ　14か
3　7がつ　4か
4　7がつ　7か

1ばん

1 そばや

2 スパゲッティや

3 すしや

4 ラーメンや

2ばん

1 コンビニ

2 スーパー

3 レストラン

4 ホテル

3ばん

1　2　3　4

4ばん

5ばん

6ばん

1 30にん

2 20にん

3 10にん

4 ふたり

もんだい３

　もんだい３では、えを　みながら　しつもんを　きいて　ください。

➡ （やじるし）の　ひとは　なんと　いいますか。１から３の　なかから、
いちばん　いい　ものを　ひとつ　えらんで　ください。

れい

1ばん

2ばん

聴解

3ばん

4ばん

5ばん

【ベスト模試 N5 第2回】

聴解

もんだい4

　もんだい4は、えなどが　ありません。ぶんを　きいて、1から3の　なかから、いちばん　いい　ものを　ひとつ　えらんで　ください。

― メモ ―

聴解

かいとうようし

N5 げんごちしき（もじ・ごい）

じゅけんばんごう
Examinee Registration
Number

なまえ
Name

〈ちゅうい Notes〉

1. くろいえんぴつ（HB、No.2）でかいてください。
   Use a black medium soft (HB or No.2) pencil.
   （ペンやボールペンではかかないでください。）
   (Do not use any kind of pen.)

2. かきなおすときは、けしゴムできれいにけして
   ください。
   Erase any unintended marks completely.

3. きたなくしたり、おったりしないでください。
   Do not soil or bend this sheet.

4. マークれい Marking Examples

よいれい Correct Example	わるいれい Incorrect Examples
●	⊘ ⊖ ◐ ○ ⊗ ⊕

もんだい 1

1	①	②	③	④
2	①	②	③	④
3	①	②	③	④
4	①	②	③	④
5	①	②	③	④
6	①	②	③	④
7	①	②	③	④
8	①	②	③	④
9	①	②	③	④
10	①	②	③	④
11	①	②	③	④
12	①	②	③	④

もんだい 2

13	①	②	③	④
14	①	②	③	④
15	①	②	③	④
16	①	②	③	④
17	①	②	③	④
18	①	②	③	④
19	①	②	③	④
20	①	②	③	④

もんだい 3

21	①	②	③	④
22	①	②	③	④
23	①	②	③	④
24	①	②	③	④
25	①	②	③	④
26	①	②	③	④
27	①	②	③	④
28	①	②	③	④
29	①	②	③	④
30	①	②	③	④

もんだい 4

31	①	②	③	④
32	①	②	③	④
33	①	②	③	④
34	①	②	③	④
35	①	②	③	④

かいとうようし

N5 げんごちしき（ぶんぽう）・どっかい

じゅけんばんごう
Examinee Registration
Number

なまえ
Name

〈ちゅうい Notes〉

1. くろいえんぴつ（HB.No.2）でかいてください。
   Use a black medium soft (HB or No.2) pencil.
   （ペンやボールペンではかかないでください。）
   (Do not use any kind of pen.)

2. かきなおすときは、けしゴムできれいにけして
   ください。
   Erase any unintended marks completely.

3. きたなくしたり、おったりしないでください。
   Do not soil or bend this sheet.

4. マークれい Marking Examples

よいれい Correct Example	わるいれい Incorrect Examples
●	○ ⊘ ○ ○ ⊖ ① ⬤

もんだい１

1	①	②	③	④
2	①	②	③	④
3	①	②	③	④
4	①	②	③	④
5	①	②	③	④
6	①	②	③	④
7	①	②	③	④
8	①	②	③	④
9	①	②	③	④
10	①	②	③	④
11	①	②	③	④
12	①	②	③	④
13	①	②	③	④
14	①	②	③	④
15	①	②	③	④
16	①	②	③	④

もんだい２

17	①	②	③	④
18	①	②	③	④
19	①	②	③	④
20	①	②	③	④
21	①	②	③	④

もんだい３

22	①	②	③	④
23	①	②	③	④
24	①	②	③	④
25	①	②	③	④
26	①	②	③	④

もんだい４

27	①	②	③	④
28	①	②	③	④
29	①	②	③	④

もんだい５

30	①	②	③	④
31	①	②	③	④

もんだい６

32	①	②	③	④

かいとうようし

N5 ちょうかい

【ベスト模試 第2回】

じゅけんばんごう
Examinee Registration
Number

なまえ
Name

〈ちゅうい Notes〉

1. くろいえんぴつ(HB、No.2)でかいてください。
Use a black medium soft (HB or No.2) pencil.
(ペンやボールペンではかかないでください。)
(Do not use any kind of pen.)
2. かきなおすときは、けしゴムできれいにけして ください。
Erase any unintended marks completely.
3. きたなくしたり、おったりしないでください。
Do not soil or bend this sheet.
4. マークれい Marking Examples

よいれい Correct Example	わるいれい Incorrect Examples
●	○ ⊘ ⊖ ◐ ⊕ ⊙

もんだい1

	1	2	3	4
れい	①	②	③	④
1	①	②	③	④
2	①	②	③	④
3	①	②	③	④
4	①	②	③	④
5	①	②	③	④
6	①	②	③	④
7	①	②	③	④

もんだい2

	1	2	3	4
れい	①	②	③	④
1	①	②	③	④
2	①	②	③	④
3	①	②	③	④
4	①	②	③	④
5	①	②	③	④
6	①	②	③	④

もんだい3

	1	2	3
れい	①	②	③
1	①	②	③
2	①	②	③
3	①	②	③
4	①	②	③
5	①	②	③

もんだい4

	1	2	3
れい	①	②	③
1	①	②	③
2	①	②	③
3	①	②	③
4	①	②	③
5	①	②	③
6	①	②	③

もんだいようし

N5

【ベスト模試 第3回】

げんごちしき (もじ・ごい)

(25ふん)

ちゅうい
Notes

1. しけんが はじまるまで、この もんだいようしを あけないで ください。
   Do not open this question booklet until the test begins.

2. この もんだいようしを もって かえる ことは できません。
   Do not take this question booklet with you after the test.

3. じゅけんばんごうと なまえを したの らんに、じゅけんひょうと おなじように かいて ください。
   Write your examinee registration number and name clearly in each box below as written on your test voucher.

4. この もんだいようしは、ぜんぶで 8ページ あります。
   This question booklet has 9 pages.

5. もんだいには かいとうばんごうの 1 、 2 、 3 … が あります。
   かいとうは、かいとうようしに ある おなじ ばんごうの ところに マークして ください。
   One of the row numbers 1 , 2 , 3 … is given for each question. Mark your answer in the same row of the answer sheet.

じゅけんばんごう Examinee Registration Number	

なまえ Name	

もんだい1　＿＿＿の　ことばは　ひらがなで　どう　かきますか。
　　　　　1・2・3・4から　いちばん　いい　ものを　ひとつ　えらんで
　　　　　ください。

（れい）　いつ　にほんに　来ましたか。

　　　　1　いました　　2　きました　　3　いきました　4　つきました

　　（かいとうようし）　| （れい） | ① ● ③ ④ |

1　ビザを　取りました。

　　1　とりました　　　　　　　　2　かりました
　　3　おりました　　　　　　　　4　きりました

2　コンビニの　左に　パンやが　あります。

　　1　まえ　　　　　2　うしろ　　　　3　みぎ　　　　　4　ひだり

3　きょうは　寒いですね。

　　1　あつい　　　　2　さむい　　　　3　あたたかい　4　あかるい

4　高校を　そつぎょうしました。

　　1　こうこ　　　　2　ここう　　　　3　こうこう　　4　こうごう

5　たんじょうびは　四月八日です。

　　1　しがつようか　　　　　　　2　よんがつようか
　　3　しがつよっか　　　　　　　4　よんがつよっか

6　土よう日に　きて　ください。

　　1　にちようび　2　どようび　　3　げつようび　4　かようび

7 えきの　南口を　でました。

1　みなみぐち　　　　　　　　　2　きたぐち

3　ひがしぐち　　　　　　　　　4　にしぐち

8 空港に　つきました。

1　がっこう　　2　だいがく　　3　くうこう　　4　かいしゃ

9 赤い　セーターを　きます。

1　くろい　　　2　しろい　　　3　あおい　　　4　あかい

10 いま　九じです。

1　く　　　　　2　くう　　　　3　きゅう　　　4　きう

11 米を　たくさん　たべます。

1　さかな　　　2　こめ　　　　3　まめ　　　　4　にく

12 かいしゃに　来ます。

1　きます　　　2　います　　　3　いきます　　4　おきます

もんだい２ ＿＿＿の ことばは どう かきますか。1・2・3・4から
いちばん いい ものを ひとつ えらんで ください。

（れい） あれは てれび です。

　　　　1 ナルビ　　2 ナレビ　　3 テルビ　　4 テレビ

　　（かいとうようし）　| （れい） | ① ② ③ ● |

13 ドアを あけて ください。

　1 閉けて　　　2 開けて　　　3 間けて　　　4 門けて

14 みずを のみます。

　1 水　　　　2 氷　　　　3 永　　　　4 木

15 ごぜん 10じに はじまります。

　1 牛則　　　2 午則　　　3 牛前　　　4 午前

16 わいんが すきです。

　1 ワイソ　　2 ウイソ　　3 ワイン　　4 ウイン

17 たいせつな かんじを おぼえましょう。

　1 大刀　　　2 大力　　　3 大切　　　4 大分

18 こんしゅう テストが あります。

　1 先日　　　2 先週　　　3 今日　　　4 今週

19 <u>て</u>を みせて ください。

　　1 手　　　　　2 足　　　　　3 耳　　　　　4 首

20 この くつは <u>やすい</u>です。

　　1 客い　　　　2 安い　　　　3 守い　　　　4 穴い

もんだい3　（　　　）に　なにが　はいりますか。1・2・3・4から
　　　　　　いちばん　いい　ものを　ひとつ　えらんで　ください。

(れい)　やすみの　ひに　ほんを（　　　）。

　　　　1　たべます　　2　かえります　　3　よみます　　4　およぎます

(かいとうようし)　（れい）①　②　●　④

21　ともだちと　えいがを（　　　）、ごはんを　たべました。

　1　して　　　　　2　よんで　　　3　みて　　　　　4　きて

22　せんせいが（　　　）を　しますから、よく　きいて　ください。

　1　はなし　　　　2　しごと　　　3　しょくじ　　4　りょうり

23　きってを　かいますから、（　　　）に　いきます。

　1　えき　　　　　　　　　　　2　ゆうびんきょく

　3　びょういん　　　　　　　　4　ぎんこう

24　ふゆは　ときどき（　　　）が　ふります。

　1　かぜ　　　　　2　そら　　　　3　くも　　　　4　ゆき

25　にくを　200（　　　）かいました。

　1　グラム　　　　2　センチ　　　3　さつ　　　　4　ほん

26　いま（　　　）に　すんで　います。

　1　レストラン　　　　　　　　2　コンビニ

　3　アパート　　　　　　　　　4　デパート

27 こどもの とき、(　　　) ゲームを して いました。

1 こんばん　　　2 まいばん　　　3 おととい　　　4 あさって

28 あの ひとは ゆうめいです。みんな (　　　)。

1 おって います　　　　　　2 うって います

3 たって います　　　　　　4 しって います

29 マイさんは まだ 19さいです。(　　　) ですね。

1 まるい　　　　2 わかい　　　　3 かるい　　　　4 みじかい

30 5 (　　　) 10は 15です。

1 かける　　　　2 わる　　　　3 ひく　　　　4 たす

もんだい4 ＿＿＿の ぶんと だいたい おなじ いみの ぶんが あります。1・2・3・4から いちばん いい ものを ひとつ えらんで ください。

(れい)　がっこうが やすみです。

　　1　じゅぎょうが ありません。

　　2　たべものが ありません。

　　3　のみものが ありません。

　　4　メールが ありません。

　　(かいとうようし)　| (れい) | ● ② ③ ④ |

31　わたしは よく さんぽします。

　　1　わたしは よく おんがくを ききます。

　　2　わたしは よく そとを あるきます。

　　3　わたしは よく いえで べんきょうします。

　　4　わたしは よく ともだちと あそびます。

32　レイさんは アランさんに ピアノを ならいました。

　　1　レイさんは アランさんに ピアノを もらいました。

　　2　アランさんは レイさんに ピアノを もらいました。

　　3　レイさんは アランさんに ピアノを おしえました。

　　4　アランさんは レイさんに ピアノを おしえました。

33 けさ　7じに　ごはんを　たべました。

1　きょうの　よる　7じに　ごはんを　たべました。

2　きょうの　あさ　7じに　ごはんを　たべました。

3　きのうの　よる　7じに　ごはんを　たべました。

4　きのうの　あさ　7じに　ごはんを　たべました。

34　となりの　へやは　うるさいです。

1　となりの　へやは　まどが　たくさん　あります。

2　となりの　へやは　まどが　すくないです。

3　となりの　へやから　ぜんぜん　おとが　きこえません。

4　となりの　へやから　おおきい　おとが　きこえます。

35　くにに　あにと　あねが　います。

1　くにに　こどもが　います。

2　くにに　ともだちが　います。

3　くにに　きょうだいが　います。

4　くにに　りょうしんが　います。

N5

【ベスト模試　第3回】

<ruby>言語知識<rt>げんごちしき</rt></ruby>（<ruby>文法<rt>ぶんぽう</rt></ruby>）・<ruby>読解<rt>どっかい</rt></ruby>

（50ぷん）

<ruby>注　意<rt>ちゅう　い</rt></ruby>　Notes

1. <ruby>試験<rt>しけん</rt></ruby>が<ruby>始<rt>はじ</rt></ruby>まるまで、この<ruby>問題用紙<rt>もんだいようし</rt></ruby>をあけないでください。
   Do not open this question booklet until the test begins.

2. この<ruby>問題用紙<rt>もんだいようし</rt></ruby>を<ruby>持<rt>も</rt></ruby>ってかえることはできません。
   Do not take this question booklet with you after the test.

3. <ruby>受験番号<rt>じゅけんばんごう</rt></ruby>となまえをしたの<ruby>欄<rt>らん</rt></ruby>に、<ruby>受験票<rt>じゅけんひょう</rt></ruby>とおなじように
   かいてください。
   Write your examinee registration number and name clearly in each box below as written on
   your test voucher.

4. この<ruby>問題用紙<rt>もんだいようし</rt></ruby>は、<ruby>全部<rt>ぜんぶ</rt></ruby>で15ページあります。
   This question booklet has 15 pages.

5. <ruby>問題<rt>もんだい</rt></ruby>には<ruby>解答番号<rt>かいとうばんごう</rt></ruby>の [1]、[2]、[3] … があります。
   <ruby>解答<rt>かいとう</rt></ruby>は、<ruby>解答用紙<rt>かいとうようし</rt></ruby>にあるおなじ<ruby>番号<rt>ばんごう</rt></ruby>のところにマークして
   ください。
   One of the row numbers [1], [2], [3] … is given for each question. Mark your answer
   in the same row of the answer sheet.

<ruby>受験番号<rt>じゅけんばんごう</rt></ruby> Examinee Registration Number	

なまえ　Name	

もんだい1 （　　　）に 何を 入れますか。1・2・3・4から
　　　　　 いちばん いい ものを 一つ えらんで ください。

（れい）　ここに 本（　　　）あります。

　　　　　1　と　　　　2　が　　　　3　へ　　　　4　に

　　　　（かいとうようし）　（れい）　① ● ③ ④

1　来月、りょうしん（　　　）いっしょに りょこうを します。

　　1　に　　　　2　を　　　　3　と　　　　4　で

2　国へ 帰る 前の 日（　　　）おみやげを 買いました。

　　1　に　　　　2　で　　　　3　を　　　　4　や

3　としょかん（　　　）本を 読みました。

　　1　へ　　　　2　が　　　　3　に　　　　4　で

4　12時（　　　）1時まで ひる休みです。

　　1　でも　　　2　から　　　3　だけ　　　4　など

5　この ケーキは 母（　　　）作りました。

　　1　か　　　　2　で　　　　3　を　　　　4　が

6　ハンバーグセットに パン（　　　）ご飯が つきます。

　　1　が　　　　2　か　　　　3　へ　　　　4　も

7 れいぞうこの 中(なか)に ぎゅうにゅう（　　　）たまご（　　　）
　ジュースなどが あります。

　　1　が／が　　　　2　へ／へ　　　　3　や／や　　　　4　を／を

8 中町(なかまち)は にぎやか（　　　）おもしろい ところです。

　　1　で　　　　　　2　と　　　　　　3　し　　　　　　4　も

9 森田(もりた)「（　　　）かさは だれのですか。」
　中山(なかやま)「山田(やまだ)さんのだと おもいます。」

　　1　それ　　　　　2　その　　　　　3　そこ　　　　　4　そちら

10 山田(やまだ)「きのう 見(み)た えいがは（　　　）でしたか。」
　中村(なかむら)「とても おもしろかったですよ。」

　　1　どう　　　　　2　どの　　　　　3　どれ　　　　　4　どこ

11 リン「今日(きょう)は 楽(たの)しかったですね。（　　　）会(あ)いましょう。」
　ダン「そうですね。楽(たの)しみに して います。」

　　1　あまり　　　　2　もう　　　　　3　まだ　　　　　4　また

12 川村(かわむら)「こんどの かいぎは（　　　）ですか。」
　林(はやし)「来週(らいしゅう)の 月曜日(げつようび)です。」

　　1　だれ　　　　　2　なに　　　　　3　いつ　　　　　4　どこ

13 かぜを（　　　）会社(かいしゃ)を 休(やす)みました。

　　1　ひきて　　　　2　ひいて　　　　3　ひく　　　　　4　ひいた

－ 2 －

14 私の 父は あまり（　　　）ありません。

1 げんきく　　　2 げんきじゃ　　3 げんきだ　　　4 げんきに

15 田中「ここに 車を（　　　）ください。入口の 前ですから。」
山川「あ、すみません。」

1 とめないで　　2 とめません　　3 とめない　　　4 とめ

16 （コーヒー店で）
村上　　　「コーヒーと ドーナツ、（　　　）。」
店の 人「はい。コーヒーと ドーナツですね。500円です。」

1 しましょう　　　　　　　　2 いりませんか

3 おねがいします　　　　　　4 いかがですか

もんだい2 　★　に 入る ものは どれですか。1・2・3・4から
いちばん いい ものを 一つ えらんで ください。

（もんだいれい）

　　あの ＿＿＿＿ ＿＿＿＿ ＿★＿ ＿＿＿＿ は 上田さんです。

　　　　1 いる 　　　2 に 　　　3 木の下 　　　4 人

（こたえかた）

1. ただしい 文を つくります。

┌───┐
│　　あの ＿＿＿＿ ＿＿＿＿ ＿★＿ ＿＿＿＿ は 上田さんです。 │
│　　　　3 木の下 　2 に 　1 いる 　4 人 │
└───┘

2. 　★　に 入る ばんごうを くろく ぬります。

　　（かいとうようし）　│（れい）│ ● ② ③ ④ │

――――――――――――――――――――――――――――――――――

17 あそこに ある 赤い ＿＿＿＿ ＿＿＿＿ ＿＿＿＿ ＿★＿ です。

　　　1 かさ 　　　　2 の 　　　　3 私 　　　　4 は

18 これは、20歳 _____ _____ ★ _____ とけいです。

1 に　　　　　　　　　　　2 の

3 たんじょうび　　　　　　4 もらった

19 山本「しょくじの _____ _____ ★ _____ ね。」

ラン「そうですね。」

1 コーヒーは　　　　　　　2 あとの

3 おいしいです　　　　　　4 ほんとうに

20 むかし　本屋が _____ _____ ★ _____ カフェが

あります。

1 に　　　　2 ところ　　　3 あった　　　4 今は

21 あしたは　ともだち _____ _____ ★ _____ 行く

やくそくを　しました。

1 えいが　　　2 見に　　　3 を　　　　4 と

もんだい3 　22　 から 　26　 に 何を 入れますか。ぶんしょうの
　　　　　　いみを かんがえて、1・2・3・4から いちばん いい
　　　　　　ものを 一つ えらんで ください。

　エミーさんは 「父の おみやげ」の さくぶんを 書いて、クラスの
みんなの 前で 読みます。

　私の 父は よく 外国で しごとを して いました。 　22　 い
ろいろな 国の ことを 知って いました。外国へ 行った ときは
いつも おみやげを 買って 帰りました。その おみやげを 見て、
私も その 国へ 　23　 。
　父は、私が 小さいとき、日本へも 来ました。日本の おみやげは
にんぎょうと おかしでした。にんぎょうは きれいな きものを き
て いました。今も 国の 私の へやに 　24　 。おかしは あまく
て おいしかったです。
　私は 今 日本に います。日本で しごとを 　25　 。今度の 休
みに 国へ 帰ります。おみやげに 何を 　26　 、今、考えて います。

— 6 —

22

1　でも　　　　2　だから　　　3　どうぞ　　　4　では

23

1　行きたいと　おもいます　　　2　行ったと　おもいます

3　行きたいと　おもいました　　4　行ったと　おもいました

24

1　あります　　2　おきます　　3　ありました　　4　おきました

25

1　したでしょう　　　　　　　2　して　ください

3　しましょう　　　　　　　　4　して　います

26

1　もらうか　　2　買うか　　3　もらうと　　4　買うと

もんだい4　つぎの　(1)から　(3)の　ぶんしょうを　読んで、しつもんに
　　　　　こたえて　ください。こたえは、1・2・3・4から　いちばん
　　　　　いい　ものを　一つ　えらんで　ください。

(1)

　わたしは　いつも　7時に　起きて、8時に　家を　出ます。そして　8時
15分の　電車に　乗ります。9時に　学校に　つきます。でも、きょうは
8時に　起きましたから、8時15分に　家を　出ました。学校に　少し
ちこくしました。

27　「わたし」は　きょうは　何時に　どうしましたか。
　　1　7時に　起きました。
　　2　8時に　起きました。
　　3　9時に　学校に　つきました。
　　4　8時15分に　電車に　乗りました。

(2)

日本語学校から　学生に　メールが　きました。

クラスの　みなさんへ

あしたは　日本人の　高校生が　学校に　来ます。みなさんは　じぶんの
国の　あいさつの　ことばを　高校生に　おしえて　ください。もう
じゅんびを　しましたね。そのあと、みんなで　ゲームを　しましょう。
そして　いっしょに　たくさん　話しましょう。

ABC日本語学校

28　クラスの　学生は　あした　何を　しますか。

1　日本語学校に　行って　学生と　話します。

2　国の　あいさつの　ことばを　おしえる　じゅんびを　します。

3　日本人の　高校生に　国の　あいさつの　ことばを　おしえます。

4　日本人の　高校生が　する　ゲームを　かんがえます。

(3)

(会社で)

ランさんの 机の 上に この メモが あります。

ランさん

　10時に ジャンさんから でんわが ありました。
きょう ジャンさんは 来ません。ですから けいさんしょを
ジャンさんに メールで 送って ください。ジャンさんは
けいさんしょを 見て ランさんに メールを します。
　よろしく おねがいします。

太田
10：10

---

29 この メモを 読んで、ランさんは 何を しますか。

1 ジャンさんに 電話を します。

2 ジャンさんからの 電話を まちます。

3 ジャンさんから もらった けいさんしょを 見ます。

4 ジャンさんに メールで けいさんしょを 送ります。

もんだい5　つぎの　ぶんしょうを　読んで、しつもんに　こたえて
　　　　　ください。こたえは、1・2・3・4から　いちばん　いい
　　　　　ものを　一つ　えらんで　ください。

これは　レナさんが　書いた　さくぶんです。

国に　かえった　日

レナ・モリス

　国に　かえる　日の　朝は　いそがしかったです。朝　9時の
ひこうきに　のりましたから。8時に　くうこうに　つきました。
くうこうまで　わたしの　家から　2時間　かかりますから、6時
に　家を　でました。朝　とても　早いですから、家で　朝ご飯
を　食べませんでした。くうこうで　チェックインを　してから
食べました。レストランで　食べる　時間は　ありませんでした。
ですから、おべんとうを　買いました。日本は　駅でも　おべん
とうを　たくさん　売って　いますが、くうこうでも　たくさん
売って　いました。おいしかったです。ひこうきの　中では　昼
ご飯が　でましたが、これは　あまり　おいしく　ありませんで
した。
　国の　くうこうに　ついて　すぐ　家族に　でんわを　しました。
りょうしんは　もう　くうこうで　わたしを　待って　いました。りょ
うしんの　かおを　見て、わたしは　りょうしんの　ところに　はしっ
て　行きました。りょうしんも　とても　うれしそうでした。

---

30 レナさんは 朝ご飯 を どこで 食べましたか。

1 家で

2 レストランで

3 ひこうきの 中で

4 くうこうで

31 国の くうこうに ついて、レナさんは はじめに 何を しましたか。

1 家族に でんわを しました。

2 くうこうで りょうしんが 来るのを 待ちました。

3 りょうしんを 見つけました。

4 りょうしんの ところに はしって 行きました。

もんだい6　右の　ページ　を見て、下の　しつもんに　こたえて
　　　　　　ください。こたえは、1・2・3・4から　いちばん　いい
　　　　　　ものを　一つ　えらんで　ください。

32　　ソンさんは、かぞくで　北山こうえんの　「おいしいもの　フェスティ
　　　バル」に　行きたいと　おもって　います。ソンさんは　ステーキか
　　　カレーが　食べたいです。おいしい　ビールも　飲みたいです。むすこは
　　　カレーが　食べたいと　言って　います。でも、おくさんは　パンと
　　　チーズが　食べたいと　言います。いつ　行くと　いいでしょうか。
　　　1　9月12日
　　　2　9月13日
　　　3　9月14日
　　　4　9月15日

北山こうえん
おいしいもの　フェスティバル

9月10日　～　9月16日

月・日	やっている店	
9月10日～13日	ステーキ	日本の　おいしい　牛肉が　いっぱい。
	ラーメン	ゆうめいな　ラーメン屋が　集まります。
9月13日～14日	パン	今　にんきの　パンやが　大集合。
	チーズ	パンと　いっしょに　どうぞ。
	コーヒー	ブラジル、ベトナムなどの　コーヒーが　飲めます。
9月14日～16日	カレー	日本、インド、タイなど、いろいろな　国の　カレーが　食べられます。
9月10日～16日	ワイン	日本や　外国の　ワインが　いっぱい。
	ビール	せかいの　ビールが　飲めます。
	日本酒	いろいろな　地方の　お酒が　楽しめます。

N5

【ベスト模試　第3回】

ちょうかい
聴解

ぷん
（30分）

ちゅう　い
注　意
Notes

1. しけん はじ
　試験が始まるまで、この問題用紙を開けないでください。
　Do not open this question booklet until the test begins.

2. 　この問題用紙を持って帰ることはできません。
　Do not take this question booklet with you after the test.

3. じゅけんばんごう なまえ した らん じゅけんひょう おな か
　受験番号と名前を下の欄に、受験票と同じように書いて
　ください。
　Write your examinee registration number and name clearly in each box below as written on
　your test voucher.

4. 　この問題用紙は、全部で14ページあります。
　This question booklet has 16 pages.

5. 　この問題用紙にメモをとってもいいです。
　You may make notes in this question booklet.

じゅけんばんごう 受験番号　Examinee Registration Number	

なまえ 名前　Name	

もんだい 1

　もんだい1では、はじめに　しつもんを　きいて　ください。それから
はなしを　きいて、もんだいようしの　1から4の　なかから、いちばん
いい　ものを　ひとつ　えらんで　ください。

れい

1　8じ

2　8じはん

3　9じ

4　9じはん

聴解

1ばん

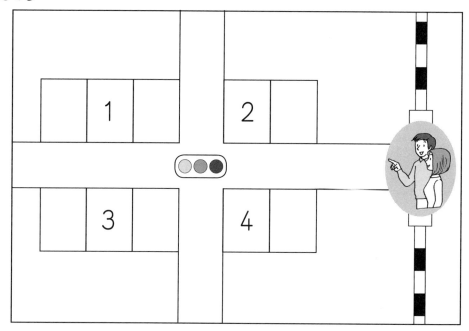

2ばん

3ばん

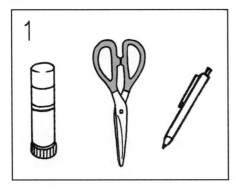

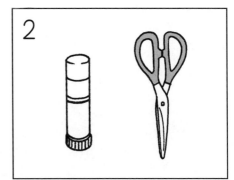

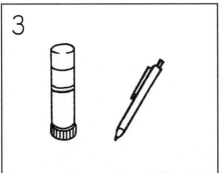

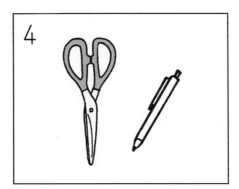

4ばん

5ばん

1 ふたり
2 さんにん
3 よにん
4 ごにん

6ばん

1 4ごうしつ
2 414ごうしつ
3 2ごうしつ
4 212ごうしつ

7ばん

もんだい2

　もんだい2では、はじめに　しつもんを　きいて　ください。それから
はなしを　きいて、もんだいようしの　1から4の　なかから、いちばん
いい　ものを　ひとつ　えらんで　ください。

れい

1　9がつ　24か
2　9がつ　14か
3　7がつ　4か
4　7がつ　7か

1ばん

2ばん

3ばん

1 なつの　うみ
2 あきの　うみ
3 なつの　やま
4 あきの　やま

4ばん

1 かいしゃ
2 うち
3 としょかん
4 カフェ

5ばん

1 げつようびから　もくようびまで

2 げつようびから　きんようびまで

3 かようびから　もくようびまで

4 かようびから　きんようびまで

聴解

6ばん

1 じかん

2 ばしょ

3 もって　いく　もの

4 にんずう

もんだい 3

　もんだい3では、えを　みながら　しつもんを　きいて　ください。

➡ （やじるし）の　ひとは　なんと　いいますか。1から3の　なかから、
いちばん　いい　ものを　ひとつ　えらんで　ください。

れい

1ばん

2ばん

3ばん

4ばん

5ばん

聴解

もんだい４

　もんだい４は、えなどが　ありません。ぶんを　きいて、１から３の　なかから、いちばん　いい　ものを　ひとつ　えらんで　ください。

― メモ ―

聴解

かいとうようし

N5 げんごちしき（もじ・ごい）

じゅけんばんごう
Examinee Registration
Number

なまえ
Name

〈ちゅうい Notes〉
1. くろいえんぴつ(HB、No.2)でかいてください。
   Use a black medium soft (HB or No.2) pencil.
   （ペンやボールペンではかかないでください。）
   (Do not use any kind of pen.)
2. かきなおすときは、けしゴムできれいにけして
   ください。
   Erase any unintended marks completely.
3. きたなくしたり、おったりしないでください。
   Do not soil or bend this sheet.
4. マークれい Marking Examples

よいれい Correct Example	わるいれい Incorrect Examples
●	⊘ ⊗ ◯ ⊖ ◑ ⊕

もんだい1

	1	2	3	4
1	①	②	③	④
2	①	②	③	④
3	①	②	③	④
4	①	②	③	④
5	①	②	③	④
6	①	②	③	④
7	①	②	③	④
8	①	②	③	④
9	①	②	③	④
10	①	②	③	④
11	①	②	③	④
12	①	②	③	④

もんだい2

	1	2	3	4
13	①	②	③	④
14	①	②	③	④
15	①	②	③	④
16	①	②	③	④
17	①	②	③	④
18	①	②	③	④
19	①	②	③	④
20	①	②	③	④

もんだい3

	1	2	3	4
21	①	②	③	④
22	①	②	③	④
23	①	②	③	④
24	①	②	③	④
25	①	②	③	④
26	①	②	③	④
27	①	②	③	④
28	①	②	③	④
29	①	②	③	④
30	①	②	③	④

もんだい4

	1	2	3	4
31	①	②	③	④
32	①	②	③	④
33	①	②	③	④
34	①	②	③	④
35	①	②	③	④

N5 げんごちしき（ぶんぽう）・どっかい

じゅけんばんごう
Examinee Registration
Number

なまえ
Name

〈ちゅうい Notes〉

1. くろいえんぴつ(HB、No.2)でかいてください。
   Use a black medium soft (HB or No.2) pencil.
   （ペンやボールペンではかかないでください。）
   (Do not use any kind of pen.)

2. かきなおすときは、けしゴムできれいにけして
   ください。
   Erase any unintended marks completely.

3. きたなくしたり、おったりしないでください。
   Do not soil or bend this sheet.

4. マークれい Marking Examples

よいれい Correct Example	わるいれい Incorrect Examples
●	⊗ ◯ ◉ ⊘ ⊖ ●

もんだい1

1	①	②	③	④
2	①	②	③	④
3	①	②	③	④
4	①	②	③	④
5	①	②	③	④
6	①	②	③	④
7	①	②	③	④
8	①	②	③	④
9	①	②	③	④
10	①	②	③	④
11	①	②	③	④
12	①	②	③	④
13	①	②	③	④
14	①	②	③	④
15	①	②	③	④
16	①	②	③	④

もんだい2

17	①	②	③	④
18	①	②	③	④
19	①	②	③	④
20	①	②	③	④
21	①	②	③	④

もんだい3

22	①	②	③	④
23	①	②	③	④
24	①	②	③	④
25	①	②	③	④
26	①	②	③	④

もんだい4

27	①	②	③	④
28	①	②	③	④
29	①	②	③	④

もんだい5

30	①	②	③	④
31	①	②	③	④

もんだい6

32	①	②	③	④

【 ベスト模試 第3回 】

かいとうようし

N5 ちょうかい

じゅけんばんごう
Examinee Registration
Number

なまえ
Name

〈ちゅうい Notes〉

1. くろいえんぴつ(HB、No.2)でかいてください。
   Use a black medium soft (HB or No.2) pencil.
   (ペンやボールペンではかかないでください。)
   (Do not use any kind of pen.)

2. かきなおすときは、けしゴムできれいにけして
   ください。
   Erase any unintended marks completely.

3. きたなくしたり、おったりしないでください。
   Do not soil or bend this sheet.

4. マークれい Marking Examples

よいれい Correct Example	わるいれい Incorrect Examples
●	○ ◎ ⊘ ● ⊗ ◑ ○

もんだい1

れい	①	②	③	④
1	①	②	③	④
2	①	②	③	④
3	①	②	③	④
4	①	②	③	④
5	①	②	③	④
6	①	②	③	④
7	①	②	③	④

もんだい2

れい	①	②	③	④
1	①	②	③	④
2	①	②	③	④
3	①	②	③	④
4	①	②	③	④
5	①	②	③	④
6	①	②	③	④

もんだい3

れい	①	②	③
1	①	②	③
2	①	②	③
3	①	②	③
4	①	②	③
5	①	②	③

もんだい4

れい	①	②	③
1	①	②	③
2	①	②	③
3	①	②	③
4	①	②	③
5	①	②	③
6	①	②	③